அறத்தொடு நிற்றல்

நர்மதா நவநீதம்

அறத்தொடு நிற்றல் : Essays
ஆசிரியர் : Narmadha Navaneetham
முதற்பதிப்பு : January 2018
அட்டை ஓவியம் : Georgia O'Keeffe
அட்டை வடிவமைப்பு & நூல் வடிவமைப்பு : T.Murali
வெளியீடு : Panikkudam & Aaguthi Veliyeedu
மின்னஞ்சல் : panikkudam@gmail.com
விலை : Rs.140

ARAthodu Nittral : கட்டுரைகள்
Author : நர்மதா நவநீதம்
Cover Painting : ஜார்ஜியா ஓ'கீஃப்
Wrapper Design & Book Layout : தி.முரளி
First Edition : ஜனவரி 2018
Published by : பனிக்குடம் & ஆகுதி வெளியீடு
Price : ரூ.140

All rights reserved. No part of this book may be reprinted or reproduced or utilized in any form or by any electronic mechanical or other means, now known or hereafter invented, including photocopying and recording, or in any information storage or retrieval system, without permission in writing from the Publisher.

நர்மதா நவநீதம்

நூலாசிரியர் முனைவர் க.நர்மதா என்கிற நர்மதா நவநீதம் பெண்ணியம், இலக்கியம், கலை தொடர்பான ஆய்வுகள் நிகழ்த்தி வருபவர். தமிழகத்தில் தேவரடியார் மரபு – பன்முக நோக்கு எனும் தலைப்பில் முனைவர் பட்டம் மேற்கொண்டவர். இதன் தொடர்ச்சியாக தொன்மைச் சதிரும் நவீன பரதமும் எனும் நூலை வெளியிட்டுள்ளார். சிலப்பதிகாரம் கூறும் முத்திரைகள், பம்மல் சம்பந்த முதலியார் ஆய்வடங்கல், குறிஞ்சிப்பாட்டு, முத்தொள்ளாயிரம் ஆகியவை இவரின் பிற நூல்கள். நவீனத் தமிழாய்வு (பன்னாட்டுப் பன்முகத் தமிழ்காலாண்டு ஆய்விதழ்) எனும் இதழில் ஆசிரியர் குழுவில் உறுப்பினராக உள்ளார். அன்னை வேளாங்கண்ணி கல்லூரி உட்பட ஒரு சில தனியார் கல்லூரிகளில் தமிழ்த்துறை பேராசிரியாகப் பணியாற்றிய இவர் தற்போது செம்மொழித் தமிழாய்வு மத்திய நிறுவனத்தின் இலக்கியத் துறையில் ஆராய்ச்சி அலுவலராகப் பணியாற்றி வருகிறார்.

மின்னஞ்சல்: narmadhavelu@gmail.com

சென்னைப் பல்கலைக்கழகம்

பேராசிரியர் வ. ஜெயதேவன்
முதன்மைப் பதிப்பாசிரியர்
தமிழ்ப் பேரகராதித் திருத்தப்பணித் திட்டம்

அணிந்துரை

தமிழகத்தின் பல்வேறு இடங்களில் நிகழ்ந்த பல்வேறு கருத்தரங்குகளில் வழங்கப்பெற்றவையும் அரிமா நோக்கு இதழில் வெளிவந்தவையுமான பதினான்கு கட்டுரைகளின் தொகுப்பாக அறத்தொடு நிற்றல் எனும் இந்நூல் தனது முதல் கட்டுரையின் தலைப்பால் நூற்பெயர் பெற்று இப்போது உங்கள் கரங்களில் தவழ்கிறது. இதன் ஆசிரியர் முனைவர் நர்மதா நவநீதம் ஆவார். சங்க இலக்கியம், திருக்குறள், சிலம்பு, மணிமேகலை ஆகிய தமிழ்ச் செவ்வியல் இலக்கியங்கள் சார்ந்தும் பெரியபுராணம் சார்ந்தும் அமைந்துள்ள இப் பதினான்கு கட்டுரைகளும் ஆசிரியரின் பெண்ணிய நோக்கு, கலையியல் நோக்கு, இலக்கியவியல் நோக்கு ஆகியவற்றின் விளைபயன்கள் எனலாம். இப்பதினான்கு கட்டுரைகளுள் ஒன்று திருக்குறள் சார்ந்தது; ஒன்று பெரியபுராணம் சார்ந்தது; இரண்டு மணிமேகலை சார்ந்தவை; நான்கு சிலம்பு சார்ந்தவை; ஆறு சங்க இலக்கியம் சார்ந்தவை.

இந்நூலின்கண் இடம்பெற்றுள்ளவையும் சங்க இலக்கியம் சார்ந்தவையுமான ஆறு கட்டுரை களுள்ளும் ஓங்கி ஒலிப்பது ஆசிரியரின் பெண்ணியக் குரல் ஆகும். தலைவிக்குத் தோழியும் தலைவனுக்குப் பாங்கனும் உற்றுழி உதவுபவர்களாக அகப்பொருள் இலக்கியங்களில் படைக்கப்பட்டிருப்பினும் தோழி அளவுக்குப் பாங்கன் சிறப்பிடம் பெறவில்லை என்பதைச் சுட்டிக்காட்டும்

ஆசிரியர், புறப்பொருள் இலக்கியங்களில் அரசனுக்கு அறிவுரை கூறி நன்னெறிப்படுத்தும் புலவர் பணியோடு அகப்பொருள் இலக்கியங்களில் தோழியின் பணி அமைந்துள்ளதைத் தெளிவுறுத்தி, ஒற்றனுக்கு அல்லது தூதுவனுக்கு நிகரான ஆளுமையும் ஆற்றலும் மிக்கவளாகத் தோழி விளங்குவதப் புலப்படுத்தி, தலைவியைப் பெரும்பாலும் தோழிவழியாகத்தான் அக இலக்கியங்கள் வெளிப்படுத்துகின்றன என்பதை நிலைநிறுத்தி, அறிவுத் திறனும் அறிவு நுட்பமும் உடைய தோழியின் பிறப்பு, கல்வி, வளர்ப்புச் சூழல், சுற்றத்தார் பற்றிய தகவல்களும் அவளது மன உணர்வும் அகமும் முற்றாக இருட்டடிப்புக்கு உள்ளாக்கப்பட்டுள்ள அவல நிலையை எடுத்துக்காட்டுகிறார். பெண்பாற்புலவர்களின் பாடல்களிலும் தோழியின் சுயம், அகம் மறைக்கப்பட்டே உள்ளதை ஆசிரியர் அழுத்தம் திருத்தமாக முன்வைக்கிறார்.

தலைவனின் பரத்தையுடனான உறவைத் தலைவி ஊடலன்றி வேறு வகையில் புலப்படுத்தவியலா நிலை பண்டு தமிழகத்தில் இருந்ததைச் சுட்டும் ஆசிரியர் அன்றைய ஆண் மையச் சமூகத்தில் ஆணின் எண்ணங்களுக்கும் செயல்களுக்கும் மதிப்பளிப்பதாகவெ இலக்கியங்களின் தொழிற்பாடு இருந்ததை உணர்த்தி, ஆணுக்கு எல்லா வகையிலும் அடங்கிப்போவதே பெண்ணின் வாழ்க்கை முறையாக அமைந்திருந்ததைக் காட்டி, அன்றைய பாலியல் அறங்கள் ஆணுக்கு அளித்த உரிமையைப் பெண்ணுக்கு அளிக்கவில்லை என்பதோடு ஆணுக்கு எதிராகக் குரல் எழுப்பக்கூட உரிமை அற்றவளாய்ப் பெண் இருக்க நேரிட்டதையும் எடுத்துரைத்து அதற்கு மிக முக்கிய காரணியாக அவளுக்குப் பொருளாதாரச் சுதந்திரமின்மையே என்பதை நிறுவுகிறார். ஒருவர் மாட்டுத் தங்குதலையும் ஒருவர் மாட்டும் தங்காமையையும் அடிப்படையாகக்கொண்டு முறையே காமக்கிழத்தியையும் பரத்தையையும் வேறுபடுத்தும் ஆசிரியர், காமக்கிழத்தி தலைவிக்கு நிகராய பண்புகள் கொண்டவள் என்றும் அவள் தலைவனின் இரண்டாவது மனைவியாவாள் என்பதையும் தெளிவுபடுத்துகிறார். பரத்தையருக்குப் பிள்ளைப் பேறு இருந்தமைக்கான தெளிவான குறிப்பு ஏதும் சங்க இலக்கியங்களில் காணக்கிடைக்கவில்லை என்பதையும் அவர் நிலைநாட்டுகிறார்.

இவ்வாறே திருவள்ளுவரின் பெண் மையச் சிந்தனைகள், பெண்பாற்புலவர்கள் இயற்றிய சங்கப் பாடல்களில் மன வெளிப்பாடு வெளிப்படும் பாங்கு, சங்க கால ஆடல்மகளிர் நிலை, பெண்டிர்தம் உண்டி, மாதவி நிகழ்த்திக் காட்டிய சமூகப் புரட்சி, இளங்கோவடிகளும் பரத முனிவரும் அரங்க அமைப்புக்

குறித்துக் கூறிய கருத்துக்களின் ஒப்பீடு, சிலம்பில் இடம்பெறும் பதினோர் வகை ஆடல்கள், யாழ்–வீணை மீட்டுருவாக்கம், பெரியபுராணத்தில் சேக்கிழார் அமைத்துள்ள உவமைகளின் நயம், மணிமேகலைக் காப்பியத்தை மெய்யியல் நோக்கில் ஆய்ந்து உடல்–உயிர் பற்றிய தத்துவம்வழிப் புலனாகும் மனித நேயம், மணிமேகலையில் இடம்பெற்றுள்ள தருக்கமுறை ஆகியன குறித்து ஆழமாக ஆய்ந்து ஆசிரியர் அரிய கருத்துக்கள் பலவற்றை முன்வைக்கிறார்.

இவ்வரிய நன்முயற்சியைப் பாராட்டி மகிழும் அதே வேளையில் முனைவர் நர்மதா நவநீதம் அவர்கள் தொடர்ந்து ஆய்வுத் தளத்தில் இயங்க எனது அன்பு கலந்த நெஞ்சார்ந்த நல் வாழ்த்துக்களைத் தெரிவித்துக்கொள்கிறேன். தமிழ் உலகம் இந்த ஆய்வு நூலை வரவேற்றுப் போற்றும் என நம்புகிறேன்.

சென்னை 600 005 அன்புடன்
02.01.2018 வ. ஜெயதேவன்

என்னுரை

பல்வேறு கருத்தரங்குகளில் வாசிக்கப்பெற்ற கட்டுரைகளின் தொகுப்பே இந்நூல். இலக்கியம், பெண்ணியம், கலை என மூன்று வகைமைக்குள் இக்கட்டுரைகளைப் பகுத்து 14 கட்டுரைகள் இந்நூலினுள் இடம்பெற்றுள்ளன.

என்னுடைய கருத்தியல்தளம் பெரும்பாலும் பெண்ணியம் சார்ந்தது. அது தொடர்பான பல கட்டுரைகள் எழுதியிருந்தாலும் இக்கட்டுரைத் தொகுப்பிற்கு ஏற்ற சில கட்டுரைகள் மட்டுமே இங்கு இடம் பெற்றிருக்கின்றன. ஏனையவை அடுத்த நூலாக உருவாகும் என நம்புகிறேன்.

கண்ணகியை விட மாதவி என் மனதிற்கு எப்போதும் நெருக்கமானவளாக இருந்திருக்கிறாள். அவளுடைய கலை என்னை ஈர்த்ததா அல்லது அத்தகைய சூழலில் அவள் மேற்கொண்ட அறம் என்னை ஈர்த்ததா என்று கூற இயலவில்லை. ஆனால் என்றும் எப்போதும் மாதவிக்குப் பரிந்து பேசியிருக்கிறேன். கல்லூரியின் விவாத மேடையிலும் மாதவியே சிறந்தவள் என வாதிட்டிருக்கிறேன். இத்தகைய தாக்கங்களுக்கிடையே தான் மணிமேகலைக் காப்பியம் குறித்து கட்டுரை எழுதுகையில் ‘மாதவியின் சமூகப் புரட்சி’ எனும் தலைப்பில் என்னை எழுதத் தூண்டியது என நினைக்கிறேன். இக்கட்டுரையில் நான் கூறபுகுந்த அனைத்து செய்திகளையும் கூறி முடித்ததாக நினைக்கவில்லை. இன்னமும் என்னுள் மாதவி உழன்று கொண்டிருக்கிறாள்.

உணவு குறித்து பல்வேறு சிந்தனைகள் மேலெழுந்த நிலையில் இலக்கியம் பெண்களுக்கானா

உணவு குறித்து என்ன தரவுகள் தருகின்றன என்று ஆராயமுற் பட்டேன். ஆச்சரியமும் ஆதங்கமும் ஒருசேர எழுந்த நிலையில் எழுதப்பட்டது தான் ‘உண்டியும் பெண்டிரும்’. விரைவில் இதன் விரிவாக்கத்தை எதிர் நோக்கலாம்.

பெண்ணியம் குறித்த பதிவில் இவ்விரண்டும் என்னைக் கவர்ந்தவை.

இலக்கியம் காலம் காலமாகப் பதிவுசெய்யப்பட்ட ஒரு ஆவணமாகத் திகழ்கிறது. அதற்குள் ஊடுறுவி நிற்கும் உணர்வுகளை ஆழ்ந்து அறிந்து இன்றைய நடைமுறைகளுக்கு ஏற்ப ஆவணப் படுத்தும் நோக்கில் சில கட்டுரைகளை எழுதினேன். அவற்றில் சில இந்நூலில் இடம்பெற்றிருக்கின்றன. மணிமேகலைக் குறித்தும் தோழி குறித்தும் எழுதப்பட்டுள்ள ஆய்வுகள் என்னை மெனக்கெட வைத்தவை.

கலை நம் வாழ்க்கையோடு இயைந்து நிற்பது; என் வாழ்வோடும் இயைந்து தாக்கத்தை ஏற்படுத்திக் கொண்டிருக்கிறது எனலாம். அத்தாக்கத்தின் விளைவாகச் சிலப்பதிகாரத்தின் அரங்கேற்று காதையை நுணுக்கமாக ஆராய முற்பட்டிருக்கிறேன். அத்துடன் சங்க காலத்தின் கலையும் வேறொரு கோணத்தில் அணுகப்பட்டிருக்கிறது.

நூலினிறுதியில் இக்கட்டுரைகளை எழுதுங்கால் துணை நின்ற இன்றியமையாத நூல்களை வரிசைப்படுத்தியுள்ளேன். விரிவஞ்சித் தேர்ந்த சிலவற்றையே இங்கு குறித்திருக்கிறேன். இங்கு குறித்துள்ள நூல்களைத் தவிர வேறு பலவும் இக்கட்டுரைகளின் உருவாக்கத்திற்குப் பயன்பட்டிருக்கின்றன. அவற்றிற் சிலவற்றை நூலில் ஆங்காங்குச் சுட்டியிருக்கிறேன். இக்கட்டுரைப் பொருள் களை மேலும் ஆராய விழைபவர்க்கு உசாத்துணை நூல்கள் முதற்படியாக அமையும் என நம்புகிறேன்.

கட்டுரைகளைத் தொகுத்து நூலாக வெளியிட வேண்டும் எனும் எண்ணம் என்னுள் முகிழ்த்து ஓராண்டிற்கு மேலாகி விட்டது. எவ்வாறு இதனை நூலாக்கம் செய்வது எனும் மனக் குழப்பத்திலேயே நாட்கள் பறந்தன. குட்டிரேவதி பல வருடங்களாக எனக்கு அறிமுகமானவர். ஒருநாள் பதிப்பாளர்கள் யாரையாவது அறிமுகப்படுத்த இயலுமா? என்று குட்டிரேவதிக்கு குறுஞ்செய்தி அனுப்பினேன். அரைமணிநேரத்தில் உங்களை அழைக்கிறேன் என்று பதில் வந்தது. அதன்படி அழைத்தார், விவரம் கேட்டார், உங்களுக்கு ஆட்சேபனை இல்லையென்றால் எங்கள் பதிப்பகத்திலேயே வெளியிடலாம் நர்மதா என்றார். அதன் பிறகு பணிகள் தொடங்கின. ஆமை வேகத்தில் செய்தாலும்

எப்படியோ முடித்து இன்று அழகான நூலாக வடிவம் எடுத்து விட்டது. இதற்கு முழுமுதற் காரணம் குட்டிரேவதி தான்.

என்னை ஒரு எழுத்தாளராக அடையாளப்படுத்த வேண்டும் என்பதில் குட்டிரேவதி உத்வேகத்தோடு இருந்தார். அதற்காக மெனக்கெட்டு என்னிடம் நீண்டநேரம் உரையாடினார். அந்த உரையாடலின் தொடக்கம் என்பெயர் மாற்றமாக இருந்தது. பெயர் மிகப்பெரிய அடையாளத்தை ஏற்படுத்த வேண்டும் நர்மதா. அதனால் உங்கள் பெயருக்கு முன்னாலோ பின்னாலோ ஏதேனும் அடைமொழி அல்லது பெயரை சேர்த்து கொள்ளுங்கள் என்றார். பலவாறு சிந்தித்து; நிறைய பேசி — இன்று நான் இந்நிலையில் இருப்பதற்கு கர்த்தாவாக இருந்த என் அன்னையின் பெயரை சேர்த்து ஒரு அடையாளத்தை ஏற்படுத்தியிருக்கிறார். என் அன்னையைப் பற்றி கூற வேண்டுமானால் அது தனித்த ஒரு நூலாகவே உருவாகும். அனைத்தையும் அடக்கி ஒருவரியில் கூறுகிறேன், I Am A Strong Woman Because A Strong Woman Raised Me. வேறு என்ன சொல்ல!!

தன்னுடைய அயராத பணியிலும் என் கட்டுரைகள் அனைத்தையும் படித்து நல்லதொரு அறிமுகத்தையும் பதிப்புரையையும் வழங்கிய கவிஞர் குட்டி ரேவதிக்கு என் உளமார்ந்த நன்றியை இங்கு தெரிவிப்பதில் பெருமகிழ்ச்சியடைகிறேன். இந்த அன்பு என்றும் தொடரவேண்டும்.

முதுகலைத் தமிழில் நான் அடியெடுத்து வைத்த நாளிலிருந்து எனக்கு பெண்ணியத்தை அறிமுகப்படுத்தி என்னை அதனுள் வழிநடத்தி சென்றவர் பேராசிரியர் தேவதத்தா அவர்கள். அவரின் வழிகாட்டுதலில் தான் இன்றுவரை என் பயணம் தொடர்ந்து கொண்டிருக்கிறது. அவரை சந்தித்திரா விட்டால் என் வாழ்வு தடம் புரண்டிருக்கும். இத்தருணத்தில் என் நன்றியை அவருக்கு உரித்தாக்குகிறேன்.

அவ்வப்பொழுது நான் எழுதிய கட்டுரைகளை அரிமா நோக்கில் வெளியிட்டு என் மனம் சோர்வுறும் பொழுது உத்வேகத்தை அளித்து இக்கட்டுரைகளைப் படித்து இந்நூலிற்கு நல்லதொரு அணிந்துரையை வழங்கிய பேராசிரியர் வ.ஜெயதேவன் அவர்களுக்கு என் நன்றியைக் காணிக்கையாக்குகிறேன்.

என் வெம்மையையும் இனிமையையும் தாங்கிக் கொண்டு என்னுடன் பயணிக்கும் என் கணவர் ஆறுமுகவேல், எனக்குள் இருக்கும் என்னை, எனக்கு புரிய வைத்த என் மகள் யாழினி இருவருக்கும் என் அன்பு என்றும்.

இதுவரை வெளிவந்துள்ள என்னுடைய நான்கு புத்தகங்களையும் போதிவனம் பதிப்பக உரிமையாளர் கருணா

பிரசாத் தான் வெளியிட்டுள்ளார். என்னுடைய கட்டுரை நூலை வேறு பதிப்பகத்தில் வெளியிடவுள்ளேன் என்று கூறிய போது மனம் நிறைந்த மகிழ்ச்சியுடன் வாழ்த்திய கருணா பிரசாத்திற்கு இங்கு நன்றியை தெரிவிப்பது பொருத்தமானது என்று நினைக்கிறேன்.

பல்வேறு இடங்களில் வாசிக்கப்பெற்ற கட்டுரைகள் மற்றும் இதழ்களில் வெளிவந்த கட்டுரைகளைத் தொகுத்து வடிவமைத்து நூலாக்கம் செய்த பனிக்குட பதிப்பகத்தார் அனைவருக்கும் நன்றி தெரிவிப்பதில் கடமைப்பட்டுள்ளேன்.

நரிவெரூஉத் தலையார் புறநானூற்றில்,

நல்லது செய்தல் ஆற்றீர் ஆயினும்
அல்லது செய்தல் ஓம்புமின்; அதுதான்
எல்லாரும் உவப்பது; (புறம். 195:6–8)

என்று கூறியிருப்பார். எத்துணை உண்மையான வாக்கியம். இன்று நான் இத்துணை வளர்ச்சி பெற்றிருப்பது எனக்கு நல்லதை மட்டும் செய்த; செய்துகொண்டிருக்கிற; இனி செய்யப்போகின்ற என்னை சூழ்ந்திருக்கும் நட்புகளாலும் உறவுகாளாலும் தான். என் வளர்ச்சியில் உறுதுணையாக நின்ற அனைத்து நல் உள்ளங்களுக்கும் என் நன்றியை உரித்தாக்குகிறேன். நன்றி!!!

நர்மதா நவநீதம்

பதிப்புரை

‘அறம்’ என்ற சொல் முரணான அர்த்தங்களுடன் விளங்கிக்கொள்ளப்படும் இக்காலத்தில், நர்மதா நவநீதம் அவர்களின் அறத்தொடு நிற்றல் கட்டுரைத் தொகுப்பை மிகவும் முக்கியமான பதிவாக முன்வைக்கின்றோம். அக இலக்கியத்தில் காணப்படும் இச்சொல் உரைக்கும் உறவின் மாண்புகளைக் கவனத்தில் கொண்டு, இத்தொகுப்பை முன்னிலைப்படுத்தினாலும், சங்க இலக்கியங்களின் அகப்பொருளை விரித்துணரும்போது ஒழுகவேண்டிய விழுமியங்கள், பெண்ணிய நோக்கங்களை எவரேனும் எழுதிமேற்செல்லுதல், பின்வரும் சிந்தனையாளர்களுக்கு அல்லது, களத்தில் உரையாட முனைபவர்களுக்கு இந்நூல் பெரிதும் உதவியாக இருக்கும் என்று நம்புகிறோம். அக இலக்கியங்களைப் பெண்ணிய அலசலுக்கு உட்படுத்தும் நர்மதாவின் தீவிரம், அசலானது. எந்த சமரசமுமற்ற ஆய்வுக்கு படைப்பையும், உட்பொருளையும் உட்படுத்துகிறார். தொய்வடையாத பெண்ணியக்குரலை, இவரது எழுத்திலும், உரையாடலிலும், நடைமுறையிலும் எப்பொழுதும் உணர்ந்திருந்தாலும், இலக்கிய வளங்களின் முன், பெண்களின் பிரதிநிதித்துவமாகத் தன் குரலையும் சிந்தனையையும் நிறுத்திக்கொள்வதற்கு அசாதாரண வலிமையும் தெளிவும் வேண்டும் என்பது நாம் அறியாதது இல்லை. எழுத்தின் மீது அயரா விருப்பமும், தொடர் இயக்கமும் கொண்ட நர்மதா, இந்நூலின் வழியாக பெண்ணியத்தளத்தில் மையமான உரையாடலைக் கிளர்த்துகிறார்.

ப.சிவகாமி எழுதிய, 'உடலரசியல்', கட்டுரை நூலை பனிக்குடம் பதிப்பாக வெளியிட்டபோதும், சாதி மறுப்பை முன்வைக்கும் உடல் அரசியலை முதன்மையாக்கும் படைப்பாகக் கருதினோம். நர்மதாவின் 'அறத்தொடு நிற்றல்', மொழிவழி பெண்ணியச்சிந்தனையை முன்வைத்த அல்லது மறுத்த பழந்தமிழ் இலக்கிய ஆக்கங்களை விமர்சனம் செய்யும் செயல்பாட்டை முன்வைக்கும் படைப்பாகிறது. தன் சிந்தனையை முன்வைப்பதில் துல்லியத்தையும் முதிர்ச்சியையும் கனிந்த மொழியையும், அகவயமான நவீனப்பார்வையையும் நர்மதா இந்நூலில் முன்வைத்துள்ளதுடன் தன் கருத்துகளை நாம் விரித்துணரும் வண்ணம் பல நூல்களிலிருந்து சான்றும் எடுத்துக்கூறியிருப்பது உவகை தருகின்றது. நர்மதா, தொடர்ந்து இத்திசையில் மேலும் சில நூல்களை முன்வைக்க உள்ளார். இந்த நூலை வெளியிடுவதில், உள்ளபடியே பெருமையும், மகிழ்ச்சியும் அடைகிறது, ஆகுதி பதிப்பகத்துடன் இணைந்து வெளியிடும் பனிக்குடம் பதிப்பகம்.

பொருளடக்கம்

பெண்ணியம்

1. அறமதிப்பீட்டில் கற்பு – பாலியல் அறம் 19
2. மாதவியின் சமூகப்புரட்சி 30
3. வள்ளுவரின் பெண்மையச் சிந்தனைகள் 43
4. பெண்பாற் புலவர்கள் தம் பாடல்களில் மனவெளிப்பாடு 50
5. பரத்தையர் திருமண உரிமையும், மகப்பேறும்......59
6. உண்டியும் பெண்டிரும் 69

கலை

7. சங்க கால ஆடல்மகளிர் 79
8. இளங்கோவடிகளும் பரதமுனிவரும் காட்டும் அரங்க அமைப்பு 88
9. பதினோராடல்கள் 96
10. யாழ் வீணை மீட்டுருவாக்கம் 111

இலக்கியம்

11. தோழியின் இருப்பும் மொழியும் 123
12. சேக்கிழாரின் உவமை நயம் 131
13. மணிமேகலையில் தருக்க முறை 135
14. மணிமேகலை கூறும் உடல், உயிர் தத்துவ நோக்கில் மனித நேயம் 148

ஆய்விற்குத் துணை நின்ற நூல்கள்...............155

பெண்ணியம்

1. அறமதிப்பீட்டில் கற்பு – பாலியல் அறம்

(திருவண்ணாமலை அரசு கலை அறிவியல் கல்லூரியும் செம்மொழித் தமிழாய்வு மத்திய நிறுவனமும் இணைந்து நிகழ்த்திய தேசிய கருத்தரங்கில் வாசிக்கப்பெற்ற கட்டுரை, 2012)

அறம், பொருள், இன்பம், வீடு என்னும் நான்கு உறுதிப் பொருள்களை இலக்கியங்கள் யாவும் வலியுறுத்தி காட்டுகின்றன. இங்கு குறிப்பிட்ட உறுதிப் பொருள்களுள் முதலாவதாகச் சுட்டப்பட்ட அறமே எல்லாவற்றுக்கும் தொடக்கமாக அமைகின்றது. அறம் தான் மனித வாழ்வியலுக்கு உயர்வைக் கொடுக்கின்றது. இலக்கியமாயினும் தனிப்பட்ட ஒருவரின் வாழ்க்கையாயினும் அனைத்தும் அறம் சார்ந்தே இயங்குகின்றது என்று கூறலாம். சங்க இலக்கியங்களான எட்டுத்தொகை பத்துப்பாட்டு நூல்களிலும் அறக் கருத்துக்கள் இடம் பெற்றிருப்பது கண்கூடு. இவற்றில் எட்டுத்தொகை அக நூல்களான நற்றிணை, ஐங்குறுநூறு, குறுந்தொகை, கலித்தொகை, அகநானூறு போன்றவற்றில் மட்டும் இடம்பெறும் அறக் கருத்துக்களை 'அற மதிப்பீட்டில் கற்பு' எனும் தலைப்பில் இக்கட்டுரை ஆராய்கின்றது. கற்பில் அறக் கருத்துக்கள் விரிந்து காணப்படினும் 'பாலியல் அறம்' மட்டும் இங்கு விரிவாக ஆராயப்படுகின்றது.

அறம் - விளக்கம்

அறம் என்னும் சொல்லிற்கு 1. நல்வினை, 2. ஐயம் (பிச்சை), 3. ஏழைகட்கு இலவசமாகக் கொடுப்பது, 4. நோயாளிகட்கு இலவசமாக மருந்தீகை, 5. நலமானது, 6. இன்பம் (சுகம்), 7.தகுதியானது, 8. கற்பு, 9. நோன்பு, 10.அறப்பயன் (புண்ணியம்),

11. சமயம், 12. ஓதி(ஞானம்), 13.அறச்சாலை, 14. அறத்தெய்வம், 15.நடுநிலையறம் என்னும் பல்வேறு பொருள்களைப் பேரகர முதலி (1985, ப.523) தருகின்றது.

கழகத் தமிழகராதி அறம் என்பதற்குக் கடமை, தருமம், கற்பு, இல்லறம், துறவறம், புண்ணியம், அறநூல், அறக்கடவுள் (1190, ப.28) என்னும் பொருள்களைத் தருகிறது.

அபிதானசிந்தாமணி அறம் என்பதற்குப் பின்வரும் முப்பத்திரண்டு பொருள்களைத் தருகிறது. அதுலர்க்குச் சாலை, ஓதுவார்க்கு உணவு, அற சமயத்தார்க்கு உண்டி, பசுவிற்கு வாயுறை, சிறைச்சோறு, ஐயம், தின்பண்டம், நல்கல், அறவைச் சோறு, மகப்பெறுவித்தல், மகவு வளர்த்தல், மகப்பால் வார்த்தல், அறவை பிணஞ்சுடல், அறவைத் தோரியம், சுண்ணம், நோய் மருந்து, வண்ணார், நாவிதர், கண்ணாசிம் காதோலை, கண்மருந்து, தலைக்கெண்ணெய், பெண் போகம், பிறர் துயர் களைதல், தண்ணீர்ப் பந்தர், மடம், தடம், கா, ஆவுறுஞ்சுறி, விலங்கிற் குணவு, ஏறுவிடுத்தல், விலை கொடுத்து உயிர் காத்தல், கன்னிகாதானம் (1996, ப.108) என்பன அவை.

அறம் என்னும் தமிழ்ச் சொல்லுக்குப் பொருத்தமான எதிக்ஸ் ethics என்னும் ஆங்கிலச் சொல்லுக்கு அகராதியில், தனிமனிதன் பிறருடன் தொடர்பு கொள்ளத் துணை செய்யும் பொது இயல்பான ஒழுக்கம் (1958, ப.527) என்கிறது.

அறம் என்னும் சொல் பல்வேறு நிலையில் ஆழ்ந்த பொருளுடன் எல்லையற்ற வகையில் விரிந்து கிடக்கின்றது. அறம் என்பதற்குச் சொல்லாலும் செயலாலும் பண்பட்ட நிலையில் நற் சிந்தனை மேலோங்க வாழ்வதையே பொருளாகக் கொள்ளலாம். அறத்திற்கு என்று தனித்த சொல்லாடல்கள் பல கடந்த காலத்தில் உருவாக்கப்பட்டன. நவீன காலத்தில் இவ்வாறு இன்றி எங்கும் எதிலும் அறங்கள் நீக்கமறக் கலந்துள்ளன என்று கூறலாம். கல்வி, அரசியல், மருத்துவம் பொழுதுபோக்கு, தகவல் தொடர்பு, தொழில் ஆகியவற்றின் நிறுவனங்களில் அறங்கள் அங்கமாகியுள்ளன. நன்மை – தீமை எனும் மதிப்பீடுகளின் இலக்கணமாக அமைந்தவை அறங்கள்.

ஒரு சாராரின் நலனே ஒட்டு மொத்த சமுதாயத்தின் நலன் என்று அறங்கள் நியாயப்படுத்துகின்றன. இவ்வாறு நியாயப்படுத்துவதன் வாயிலாக, இன்று நடைமுறையில் உள்ள சமுதாயத்தின் ஒழுங்கும், உறவுகளும் இயல்பானவை, மாறாதவை, மாறக்கூடாதவை என்று நிலைப்படுத்துகின்றன.

“பண்பாட்டின் அங்கமான அறங்களை ஆளும் பண்பாடு முழுமையாக விளக்குவது கிடையாது. ஆளப்பட்ட, சுரண்டப்பட்ட,

விலக்கப்பட்ட மக்களின் குரலைச் சப்தமாக ஒலிக்கச் செய்ய வேண்டுமானால், ஆளும் பண்பாட்டை எதிர்க்கிற விமர்சகன் பொருள் கோடல் புரிகின்ற கடினமான பணியை மேற்கொள்ள வேண்டும்" (2008, ப.8) என்ற டோலிமர் கருத்தை அடிப்படையாகக் கொண்டு ராஜ் கௌதமன் தமிழ்ச் சமூகத்தில் அறமும் ஆற்றலும் எனும் தம் நூலில் இலக்கியங்களின் அறக் கருத்துக்களை விளக்கியுள்ளார். இதில், "அறங்கள், எதார்த்தத்தில் குறிப்பிட்ட விதமான சமூக ஒழுங்கை, உடைமை நாகரிகத்தின் ஆதிக்க ஒழுங்கைப் பேணிப் பராமரிக்க ஏற்பட்டவை என்பது முக்கிய காரணங்களில் ஒன்றாகும். அறங்கள் எல்லாம் ஆதிக்கத்திலுள்ள சக்திகளின் பச்சையான நலன்களை நிலைக்கச் செய்பவை, இவை எப்போதும் ஒடுக்குமுறைக்கான கருத்தியல் கருவிகளாகவே செயல்பட்டு வந்துள்ளன. முதற் பார்வையில் இந்தக் கூற்று முரட்டியான கூற்று போலத் தோன்றினாலும் அறங்களைப் பொருள் கோடல் செய்த பிறகு இந்தக் கூற்றின் நியாயம் விளங்கும்" (2008, ப.9) என்று கூறுகிறார். இவருடைய இக் கருத்தே இக் கட்டுரையில் மேற்கொள்ளப்பட்டிருக்கின்றது.

பாலியல் அறம்

உலகம் முழுக்க மனிதக் குழு நாகரிகங்களில் ஆண்–பெண் பால்களுக்குரிய உறவு முறைகள், நடத்தைகள் இயல்புகள் பற்றிய பொதுவான வரையறைகளைக் காணவியலாது. ஆனால் நிலத்திலும், விளைச்சலிலும் அவற்றின் பரிவர்த்தனையிலும், அவற்றின்மீது கொண்ட ஆளுகையிலும் உடைமை, இறையாண்மை, உரிமை, அதிகாரம் ஆகிய புதிய நாகரிக வல்லாண்மைகள் உருவான போது உலகெங்கிலும் இத்தகைய நாகரிக சமூகங்கள் அனைத்திலும், ஆணுக்கும் பெண்ணுக்கும் எனத் தனித்தனியான நேரெதிரான (mutually exclusive) ஏற்றத் தாழ்வின் அடிப்படையில் அறங்கள், இயல்புகள், பண்புகள், எண்ணங்கள், பேச்சுக்கள், உடல்கள், நடத்தைகள், வாழ்க்கைகள், இலக்குகள் ஆகியவை ஒரே மாதிரியாகக் காணப்பட்டன. உடல் பாகுபாடுகளின் வினைகள் பண்பாட்டு மதிப்பிடுகளை ஏற்றத் தாழ்வான முறையில் பெற்றன (2008, ப.329). இவற்றைப் பாலியல் அறங்கள் (sex-gender ethics) என்று ராஜ் கௌதமன் குறிப்பிடுகின்றார்.

தமிழ்ச் சமூகத்தில் சங்க காலந்தொட்டு ஆணுக்கும் பெண்ணுக்கும் சொல்லப்பட்ட பாலியல் அடிப்படையில் எழுந்த அறங்கள் பாரபட்சமானவை. இன்றைய நவீன காலத்தில் இவ் அறங்களை உற்று நோக்கும்பொழுது அவை பெண்ணுக்குப் பெரும் அநீதி இழைத்தவை.

பெருமையும் உரனும் ஆடூஉ மேன (தொல். கள.7)

அச்சமும் நாணும் மடனும் முந்துறுதல்
நிச்சமும் பெண்பாற்கு உரிய என்ப (தொல்.8)

பெருமையாவது பழியும் பாவமும் அஞ்சுதல், உரனாவது அறிவு என விளக்கம் அளிக்கிறார் இளம்பூரணர். இவ்விரண்டும் ஆண்மகனுக்கு வேண்டிய ஒழுக்கங்கள் என்று குறிப்பிடுகின்றது தொல்காப்பியம். ஆனால் பெண்ணிற்கு அச்சமும் நாணமும் பேதமையும் வேண்டியவை என்று குறிப்பிடுவதிலிருந்து ஆணுக்கும் பெண்ணிற்கும் பாலியல் அறத்தில் காட்டும் வேறுபாட்டினை உணரலாம். பெண் அறிவு சார்ந்தவளாக இருக்கக் கூடாது என்பது மறைமுகமாக வலியுறுத்துவது தெளிவு.

வினையே ஆடவர்க்கு உயிரே வாள்நுதல்
மனை உறை மகளிர்க்கு ஆடவர் உயிர் (குறுந். 135:1–2)

குறுந்தொகை ஆண்களுக்கு உயிராய் விளங்குவது வினை என்றும் ஆடவரே பெண்களுக்கு உயிராய் விளங்க வேண்டும் என்றும் காட்டுகிறது.

சங்க காலத்தில் இனக்குழு சமுதாயத்தின் எச்சங்கள் இருக்கும் அதே வேளையில் நிலவுடைமையாக மாறிவரும் நிலையிலான சமுதாயக் கூறுகளும் ஆளுமை செலுத்தி வருவதை சங்க இலக்கியப் பாக்களின் வழி உணரலாம். ஆண் அறம் போல் இல்லாமல் பெண் அறம் முழுமையாக அவளின் சுயத்தை கட்டுப்படுத்துவதாக /ஒடுக்குவதாக அமைந்துள்ளன. மேலும் பெண் அறம் யாவும் பாலியல் சார்ந்த அறங்களாகக் கட்டமைக்கப்பட்டுள்ளன.

கற்பு - அறம்

திருமண வாழ்வு நடத்தும் கணவனும் மனைவியும் எப்படி ஒழுக வேண்டும் யார்யாருக்கு என்னென்ன கடமைகள் உண்டு என்பனவற்றைத் தொல்காப்பியர் பட்டியலிடுகிறார்.

கற்பும் காமமும் நற்பால் ஒழுக்கமும்
மெல் இயல் பொறையும் நிறையும் வல்லிதின்
விருந்து புறந்தருதலும் சுற்றம் ஓம்பலும்
பிறவும் அன்ன கிழவோள் மாண்புகள் (தொல். கற். 12)

என்று மனைவியின் மாண்புகளாகத் தொல்காப்பியர் காட்டுகிறார். கற்பு, காமம், நல்லொழுக்கம், பொறுமை, நிறை என்பவை மனைவிக்குரிய அறங்கள், விருந்து பேணுதல், சுற்றம் ஓம்புதல் முதலான பிற எல்லாம் மனைவியின் இல்லறக் கடமைகள். இவையே பெண்ணின் அறங்களாக வகுக்கப்பட்டுள்ளன. தொல்காப்பியர் குறிப்பிடும் இக்கடமைகள் சங்க இலக்கியப் பாடல்களில் சுட்டப்படுவதை அறியலாம்.

பொருள்வயிற் பிரிவு

ஆண் பொருள் தேடும் பொருட்டு பெண்ணை விட்டு பிரிவது மரபு. ஆய்வுக்கு எடுத்துக் கொண்ட அகநூல்கள் அனைத்தும் பொருள்வயிற் பிரிவினைப் பற்றி எடுத்தியம்புகின்றன. பொருள் தேடப் பிரிவதற்கு முன்னர் ஆண்மகன் எவையெவற்றைப் பற்றி சிந்திக்க வேண்டும் என்று தொல்காப்பியர் ஒரு நூற்பாவில் பட்டியலிட்டுள்ளார். இப்பட்டியலில் வாழ்நாள் நிலையாமை, இளமை நிலையாமை, தாளாண்மை, செயலின் தகுதி, வறுமையின் இளிவு, உடைமையின் உயர்வு, அன்பு, பிரிவு ஆகியவை இடம் பெறுகின்றன. அந்நூற்பா வருமாறு :

நாளது சின்மையும் இளமையது அருமையும்
தாளாண் பக்கமும் தகுதியது அமைதியும்
இன்மையது இளிவும் உடைமையது உயர்ச்சியும்
அன்பினது அகலமும் அகற்சியது அருமையும்
..........................கிழவோன் மேன (தொல். அகத்.44)

ஆண்களுக்கான பட்டியல் இது. பெண் ஆணின் பிரிவை ஆற்றியிருப்பதே அவளுக்கான அறமாகக் காட்டப்படுகின்றது.

பிரிந்திருந்த நாளில் எம்மை நினைத்தீரோ என்று வினவிய தோழிக்கு, வினைமுற்றி மீண்ட தலைமகன் கூறுவதாய் இப்பாடல் அமைகின்றது.

உள்ளினென் அல்லெனோ யானே ? உள்ளி
நினைந்தனென் அல்லெனோ பெரிதே ? நினைந்து
மருண்டனென் அல்லெனோ, உலகத்துப் பண்பே ? (குறுந்.99:1–3)

தலைவியைக் காண வேண்டும் என்ற வேட்கை இருந்த போதிலும், ‘வினையே ஆடவர்க்கு உயிரே’ எனும் உலக இயல்பிற்கு அஞ்சி மீண்டு வந்திலேன் என்று தலைவன் கூறுவதாக அமையும் இப்பாடல் ஆண்மகனின் அறம், பொருள் ஈட்டுவது என்பதனை வலியுறுத்துகின்றது. உலகின் இயல்பை மீறி நடக்க ஆண் அஞ்சுவது இங்கு காட்டப்படுகின்றது. காம வேட்கை வினைவயின் பிரியும்போது பெருகுவதில்லை. வினைசெய்யும் இடத்திலும் நினைக்கப்படுவதில்லை. வினை முடித்த வழி, தலைவியை அடைய வேண்டும் என்ற வேட்கையைத் தவிர வேறு எவ்வகை உணர்வும் இருப்பதில்லை. இதுவே ‘உலகத்து பண்பு’ எனப்பட்டது.

ஆனால் தலைவியின் அறம் வேறாகக் காட்டப்படுகின்றது. தலைவன் பிரிந்த வழி, தலைவி தன் உடல் இச்சையை ஆற்றியிருத்தல் வேண்டும் என வலியுறுத்தப்படுகின்றது. கார் பருவம் வந்த வழி, பறவைகளைப் பார்த்தும் இயற்கையில் எழிலைப் பார்த்தும் தன் மனதில் தோன்றும் இச்சையை தலைவி ஆற்றியிருப்பதாகச் சங்க

இலக்கியங்கள் காட்டுகின்றன. தலைவிக்கு, தலைவன் மேல் ஏற்படும் அன்பினைத் தவிர வேறு எந்த சிந்தனையும் இல்லாமல் இருப்பதாகவே இப்பாடல்கள் காட்டுகின்றன.

தலைவனையே நினைத்து இருப்பதால் அக்காம நோய் எம்மைச் சாகும்படி வருந்தச் செய்து, வானத்திலும் தோய்வது போன்ற பெருக்கத்தை உடையது என்று தலைவி தன் ஆற்றாமையை வெளிப்படுத்துவதாக இப்பாடல் அமைகின்றது.

உள்ளின் உள்ளம் வேமே; உள்ளாது
இருப்பின் எம் அளவைத்து அன்றே; வருந்தி
வான் தோய்வற்றே, காமம்;
சான்றோர் அல்லர் யாம் மரீஇயோரே. (குறுந்.102:1–4)

இளமை பாரார் வளம்நசைஇச் சென்றோர்
இவணும் வாரார் எவணரோ ?” என (குறுந். 126 : 1–2)

செல்வத்தை விரும்பி பிரிந்து சென்றவர் என் இளமையையும் தமது இளமையையும் எண்ணிப் பார்த்திராதவராக இருக்கின்றார் என்று தலைவி தோழியிடம் கூறுவதாக அமைகின்றது மேற்சுட்டப் பட்ட பாடல்.

ஆண் பொருள் வேண்டியோ அல்லது போரின் நிமித்தமோ பிரிந்துள்ள நிலையில் தன் அழகைக் குறைத்துக் கொண்டு வீட்டைவிட்டு வெளியில் வராமல் அவன் வரவுக்காகக் காத்திருப் பது பெண்ணின் அறமாகச் சங்க இலக்கியங்கள் சுட்டுகின்றன.

மறத்தற்கு அரிதால் – பாக!
மண்ணாக் கூந்தல் மாசு அறக் கழீஇ
சில் போது கொண்டு பல்குரல் அழுத்திய
அந்நிலை புகுதலின், மெய் வருத்துறாஅ
அவிழ் பூ முடியினள் கவைஇய
மட மா அரிவை மகிழ்ந்து அயர் நிலையே (நற். 42 : 1, 8–12)

வினை முடித்து மீள்கின்ற தலைவன், பாகனை நோக்கி, நான் வருவதை முன்னே சென்று தலைவிக்குத் தெரிவிப்பீர் என ஏவலரை ஏவினேன். அவர்கள் சென்று அறிவிக்கவே, அவள் நீராடித் தன்னைப் புனைந்து கொள்ளும் பொழுதில் தான் செல்லவும் அவள் என்னை அணைத்து மகிழ்ந்த நிலை முன் நிகழ்ந்தது. அது மறத்தற்கரிது என்று கூறுகிறான். எனவே, தலைவன் பிரிந்திருக்கும் காலங்களில் தலைவி தன்னை அழகுபடுத்திக் கொள்ளாமல் இருந்த நிலையை சங்க இலக்கியங்களில் காண்கிறோம்.

தலைவி தலைவனை நினைந்து ஆற்றியும் ஆற்றாமையுமாக இருக்கக் கூடிய பாடல்கள் சங்க அக இலக்கியங்களில் விரவிக் கிடக்கின்றன. தலைவனைப் பிரிந்து ஆற்றியிருக்க வேண்டியது தலைவியின் அறமாகவே இலக்கியங்கள் காட்டுகின்றன.

பரத்தமையொழுக்கம்

குலமகள், பதிவிரதை, பத்தினி, கற்பு, அச்சம், நாணம், மடம், புதல்வர் பேறு, மனைமாட்சி, விருந்தோம்பல், கைம்மை நோன்பு, அடக்கம், பொறுமை, ஒருவனுக்கு உரிமை பூண்டவள் ஆகியவற்றொடு தொடர்புபடுத்தப்பட்ட ஆண் ஆதிக்கத்துக்குரிய, அஸ்திவாரமாகக் கருதத்தக்க பெண்களே சமுதாயத்தின் பெரும் பகுதி பெண்கள். மேற்காட்டப்பட்ட பெண்களின் மாறுபட்ட வாழ்க்கை முறைகளைக் கொண்ட பெண்களைத் தமிழ் இலக்கிய மரபில் பரத்தை, பொதுமகள், கணிகை, வரைவின் மகளிர், வேசை என்ற பெயர்களால் முத்திரையிடப்பட்டுள்ளார்கள். சங்க இலக்கியம் காட்டும் சமுதாயத்தில் ஒருதார மண முறை x பரத்தமை எனும் நிலையில் பெண் சார்ந்தும் ஆண் சார்ந்தும் அமைந்த இருமை முரண்களைக் காணமுடிகின்றது. வாரிசுரிமைக்கான மகனைப் பெறுதற்கான ஒருதார மணமுறையும், இதற்கு மறுபுறம் பெண்டிர்க்கான காதல் சுதந்திரமும் காட்டப்படுகின்றது. இதன் தொடர்ச்சியாய் சங்க காலச் சமுதாயத்தில் பரத்தமையும் நிலவியுள்ளது. இப்பரத்தமையொழுக்கம் சங்க காலத்தில் ஏற்றுக் கொள்ளப்பட்ட, அங்கீகரிக்கப்பட்ட ஒழுக்கமாக இருந்தது எனக் கூறலாம். "ஒரு பக்கத்தில் ஒரு தார மணமுறை, இன்னொரு பக்கத்தில் பொது மகளிர் முறை. இதனுள் விபசாரம் என்ற அதன் மிகத் தீவிரமான வடிவமும் அடங்கும். மற்ற எந்தச் சமுதாய ஸ்தாபனமும் போலத்தான் பொது மகளிர் முறையும் ஒரு சமுதாய ஸ்தாபனம்; அது பழைய புணர்ச்சிச் சுதந்திரத்தின் தொடர்ச்சியாக ஆண்களுக்குச் சாதகமாக (1987:107) என எங்கெல்ஸ் குறிப்பிடுவதைப் போல் சங்க காலத்தில் நிலவிய பொது மகளிர் முறையான பரத்தமை ஆண்களுக்கான அடிப்படை உரிமையாய் இருந்துள்ளது.

சங்க காலத்தில் பரத்தமையொழுக்கம் ஏற்றுக்கொள்ளப்பட்ட ஒழுக்கமாக இருந்ததனை சங்க இலக்கியங்கள் எடுத்தியம்புகின்றன. பரத்தமையொழுக்கம் மேற்கொண்டுவரும் ஆணிடம் ஊடல் கொள்ளும் உரிமை மட்டும் பெண்ணிற்கு வழங்கப்பட்டிருந்ததனை இலக்கியங்கள் வழி அறிய முடிகின்றது. ஆனால் அதே நேரத்தில் அவ் ஊடல் எல்லை மீறுவதாக இருந்தால் தோழியாலோ அல்லது ஊரில் இருக்கும் வயது முதிர்ந்த பெண்களாலோ இடித்துரைக்கப்பட்டு அப்பெண் பரத்தமையொழுக்கம் மேற்கொண்ட ஆணை ஏற்று கொள்ளும் சமூக வழக்கமே இருந்து வந்துள்ளது. ஆணின் செயல் கண்டிக்கத்தக்க செயலாகவோ தண்டனைக்கு உள்ளாக்கப்படும் செயலாகவோ பார்க்கப்படவில்லை. ஆணின் தவற்றினை ஏற்றுக் கொள்வதே பெண்ணின் அறமாகச் சங்க இலக்கியங்கள் எடுத்துரைக்கின்றன.

யாணர் ஊர – நின் மாண் இழை அரிவை
காவிரி மலிர் நிறை அன்ன நின்
மார்பு நனி விலக்கல் தொடங்கியோளே (ஐங்.42:2–4)

தலைவனால் மிக விரும்பப்பட்ட பரத்தை ஒருத்தி, தலைவனுக்கு வேறு பரத்தையருடன் உறவிருப்பது அறிந்து அவனுடன் ஊடி நின்றாள்; இதனையறிந்த தலைவி தலைவன் தன் இல்லத்திற்கு மீண்ட பொழுது அச்செய்தியைத் தான் அறிந்தமை தோன்றக் கூறுவதாக இப்பாடல் அமைகிறது. உன்னால் காதலிக்கப்பட்ட பரத்தை ஊடியதால் தான் நீ என்னை நாடி வந்திருக்கிறாய், இல்லையெனில் இங்கு வரமாட்டாய் என்பதையறிந்தும் நான் உன்னை ஏற்றுக் கொள்கிறேன் என்று தலைவி உட்பொருள் வைத்து கூறுவதாக விளக்குகிறது. தலைவன் பரத்தையிடம் சென்று வந்தபிறகும் தலைவி அவனை ஏற்றுக் கொள்ளும் நிலை இங்கு உணர்த்தப்படுவதை அறியலாம்.

தீம் பெரும் பொய்கை யாமை இளம் பார்ப்புத்
தாய்முகம் நோக்கி வளர்ந்திசினா

இனிய நீரைக் கொண்ட பெரிய பொய்கையில் வாழும் யாமையின் இளம் பார்ப்புகள் தன் தாயின் முகம் நோக்கியிருந்து வாழ்வு பெற்றார் போல, நின் மனையாளும் நின் மார்பினை நோக்கு வாழ்கின்றால். எனவே, நீ அதனை உணர்ந்து ஒழுகுவாயாக. அதுவே உனக்கு அறமுமாகும் என தோழி தலைவனுக்கு வாயில் நேர்வதாக இப்பாடல் கூறுகிறது.

அவனுடைய செயலால் வருத்தமுறும் தலைவியின் நிலை இங்கு எடுத்துரைக்கப்படுகிறதேயன்றி தலைவனின் பரத்தமையொழுக்கம் கடியப்படவில்லை. ஏற்றுக்கொள்ளப்பட்ட ஒழுக்கமாகவே காட்டப்படுவது புலப்படுகிறது. மேலும் பரத்தையிடம் மட்டும் அல்லாமல் தலைவியையும் வந்து பார்த்து செல் எனும் நோக்கில் கூறப்படுவதாக இப்பாடல் அமைந்துள்ளது எனலாம். எத்தகைய இழிவான நிலையில் பெண் பார்க்கப்பட்டுள்ளாள் என்பது உய்த்துணரப்பட வேண்டியதாகும்.

தலைவியின் சார்பு நிலை

ஆண் பரத்தையை நாடிச் சென்றாலும், தலைவி அவனை ஏற்றுக்கொள்ள வேண்டும் என்றே சமுதாயம் அவளுக்குக் கற்பித்திருக்கிறது. கணவனது குறைபாடுகளைக் காப்பது மனைவிக்குக் கடமையாகிறது. அவன் இல்லையெனில் அவளுக்கு குடும்பத்திலும், சமூகத்திலும் பற்றோ சார்போ இல்லை.

அவன் சோர்வு காத்தல் கடன் எனப்படுதலின் (தொல். கற்.39)

எனும் தொல்காப்பிய நூற்பா கணவனது குற்றம் குறைகளைப் பிறர் அறியாமல் காப்பது அவனது மனைவியின் கடமை என்று கூறுகின்றது. எனவே, தலைவியின் அறம் கணவனை அவன் குற்றங்களிலிருந்து காப்பது என்பது பெறப்படுகின்றது.

பரத்தையிடமிருந்து மீண்ட தலைவன் இல்லம் திரும்புகிறான். தலைவி ஊடல் கொள்ளாமல் இன்முகங்காட்டி வரவேற்றாள். தலைவி ஊடல் கொண்டு தன்னைப் புறக்கணிப்பாள் என்று எதிர்பார்த்த தலைவன் வியந்து மகிழ்ந்தான். அவன் தோழியிடத்து பிரிந்து சென்ற காலத்தில் தலைவி எப்படி இருந்தாள்? நீயிர் என்ன நினைத்தீர் என்று வினவினான்.

> வாழி ஆதன்! வாழி அவினி!
> நெல்பல பொலிக! பொன் பெரிது சிறக்க!
> என வேட்டோளே யாயே யாமே
> நனைய காஞ்சிச் சினைய சிறுமீன்
> யாணர் ஊரன் வாழ்க!
> பாணனும் வாழ்க என வேட்டேமே (ஐங். 1:1-6)

எனும் ஐங்குறுநூற்றுப் பாடல் தோழியின் கூற்றாக அமைந்து தலைவனின் வினாவிற்கு பதில் சொல்வதாக அமைகின்றது. தலைவனின் இன்னா ஒழுக்கத்தை இடித்துக் கூறி அவன் மனதை மாற்ற வேண்டிய கடமை உடையவள் தோழி. எனவே, தலைவனை நோக்கி, நீயிர் இல்லறக் கடமைகளை மறந்து சென்று விட்டீர். தற்கொண்டாரைப் பேணிப் பாதுகாக்கும் கடப்பாடுடைய தலைவி, நின் கொடுமையை ஆயத்தாரும் ஊராரும் அறிந்து நின்னைப் பழிதூற்றுவர் என எண்ணி தன் பெருந் துயரத்தைத் தன்னுள்ளத்தின் அடியில் புதைத்து மறைத்துக் கொண்டாள். தலைவனின் பண்பிற்கு இழுக்கு ஏற்பட்டு விடக்கூடாது எனும் எண்ணத்தில் அமைதியாக இருக்கின்றாள் என தலைவியின் மாண்புகளைப் புலப்படுத்துகின்றாள் தோழி. இங்கு தலைவனிடம் அறமும் அன்பும் இல்லாததை தோழிச் சுட்டிக்காட்டுகின்றாள். அவ்வாறு தவறு செய்ததை உணர்ந்த தலைவனை வாழ்க என்கிறாள். தலைவனுடைய தவறுக்குத் துணை நின்ற பாணனையும் வாழ்க என்கிறாள். தலைவன் செய்த தவற்றினை உற்றார் ஊரார் அறியாமல் எம் தலைவி மறைத்து அமைதி காத்து அவள் மாண்பை வெளிப்படுத்துகிறாள் என தோழி கூறுவதாக இப்பாடல் அமைந்தாலும் இப்படிப்பட்ட மாண்பினையே தலைவி கொண்டிருக்க வேண்டும் எனும் சமுதாய அறம் இங்கு சுட்டிக் காட்டப்படுவது புலப்படுகிறது.

ஐங்குறுநூற்றின் வேறொரு பாடல் பரத்தை ஊடியதால் தலைவியை நாடி வரும் தலைவனை நோக்கி தலைவி கூறுவதாக அமைகிறது.

யாணர் ஊர – நின் மாண் இழை அரிவை
காவிரி மலிர் நிறை அன்ன நின்
மார்பு நனி விலக்க தொடங்கியோளே (ஐங். 42:2–4)

தலைவனால் மிக விரும்பப்பட்ட பரத்தை ஒருத்தி, தலைவனுக்கு வேறு பரத்தையருடன் உறவிருப்பது அறிந்து அவனுடன் ஊடி நின்றாள்; இதனையறிந்த தலைவி தலைவன் தன் இல்லத்திற்கு மீண்ட பொழுது அச்செய்தியைத் தான் அறிந்தமை தோன்றக் கூறுவதாக உள்ளது. உன்னால் காதலிக்கப்பட்ட பரத்தை ஊடியதால் தான் நீ என்னை நாடி வந்திருக்கிறாய், இல்லையெனில் இங்கு வரமாட்டாய் என்பதையறிந்தும், நான் உன்னை ஏற்றுக் கொள்கிறேன் என்று தலைவி உட்பொருள் வைத்து கூறுவதாக இப்பாடல் விளக்குகின்றது. காதற்பரத்தை ஊடியதால் தான் தன்னை நாடி வருகிறான் தலைவன் என்பதனை அறிந்தும் தலைவி அவனை ஏற்றுக் கொள்வது அவளது மாண்பு அல்ல சமுதாயம் அவளுக்கு விதித்திருக்கும் ஒழுங்கமைவு. அதிலிருந்து மீறுவது அவளுடைய வாழ்விற்கு ஏற்புடையதல்ல. இதனையும் சங்க இலக்கியப் பாடல் விளக்குகின்றது.

அகநானூற்றில் இடம் பெறும் வேறொரு பாடல் தலைவன் செய்யும் தவறினால் தலைவி ஊடினால் அவள் வாழ்க்கை எவ்வாறு பாதிக்கப்படும் என்பதனை விளக்குவதாக அமைகின்றது.

புலத்தல் ஒல்லுமோ மனை கெழு மடந்தை !
அது புலந்து உறைதல் வல்லியோரே,
செய்யோள் நீங்க, சில் பதம் கொழித்து,
தாம் அட்டு உண்டு, தமியர் ஆகி,
தே மொழிப் புதல்வர் திரங்கு முலை சுவைப்ப.
வைகுநர் ஆகுதல் அறிந்தும்,
அறியார் அம்ம, அஃது உடலுமோரே! (அகம். 316 : 11–17)

தலைவன் பரத்தையை நாடிச் செல்வதால், அவனுடன் ஊடல் கொள்வதில் பயனில்லை. அவ்வாறு ஊடல் கொண்ட பெண்களின் மனநிலை, சமைக்க அரிசி இன்றியும், குழந்தைக்குப் பால் இன்றியும், சுற்றத்தார் யாருமின்றியும் தனித்து நின்று வருத்தப்படுவதைக் கண்கூடாகக் கண்டும், நீ தலைவனுடன் ஊடுவது சரியல்ல என்று தோழி, தலைவிக்குக் கூறுவதாக அமைந்துள்ள இப்பாடலிலிருந்து தலைவியின் வாழ்க்கை தலைவன் இல்லாமல் செழிப்படையாது. அதனால் அவன் செய்யும் தவறுகளைப் பொறுத்துச் செல்வது தான் தலைவியின் வாழ்க்கைக்கு நன்மை பயக்கும் என்று தோழி தலைவிக்கு எடுத்துரைப்பது சங்க இலக்கியங்களில் இருந்து கண்டறியலாம்.

இங்கு இருவேறு செய்திகள் பதிவு செய்யப்படுகின்றன. தலைவனின் ஒழுக்கக்கேட்டை பொறுத்துக் கொண்டு அவனை

ஏற்றுக் கொள்ளும் தலைவியின் மாண்பு சிறப்புடையதாகக் காட்டப்படுகின்றது. அதே நேரத்தில் அவனின் ஒழுக்கக்கேட்டை நினைத்து அவனிடம் முரண்பட்டால் அவளின் வாழ்க்கை நிலை என்னவாகும் என்பதனை விளக்கி தலைவியை அச்சுறுத்தும் நிலையினையும் பார்க்க முடிகின்றது. எனவே அன்றைய ஆண் மைய சமூகத்தில் ஆணின் எண்ணங்களுக்கும் அவனின் செயல்களுக்கும் மதிப்பளிப்பதாக இலக்கியங்கள் இருந்ததை உணரலாம்.

- பொருளியல் வாழ்வு ஆணின் ஆளுமைக்குள் கட்டமைக்கப் பட்டதும் பெண்ணின் நிலை தாழ்வுற்று முடங்கிப் போனது. காதலோ, காமமோ, தன் கருத்தோ எதனையும் வெளிப்படுத்தாமல் கட்டுபடுத்திக் கொள்வது பெண்ணின் பாலியல் அறமாகக் கருதப்பட்டது.

- ஆணின் பரத்தமை ஒழுக்கத்தைச் சமூகம் ஏற்றுக்கொண்டது. பரத்தையர் வீட்டுக்குச் சென்று திரும்பிய ஆணிடம் ஊடல் கொள்வது, பின் ஊடல் நீங்கி வேறு வழியின்றி அவனை ஏற்றுக் கொள்வது என இழிநிலைக்குத் தள்ளப்பட்டாள் பெண்.

- ஆணின் ஒழுக்க அறமும் பெண்ணின் ஒழுக்க அறமும் வேறுவேறாகச் சங்க அக இலக்கியங்கள் காட்டியிருக்கின்றன. இதனையே சமூக அறமாகவும் வலியுறுத்தியிருக்கின்றன. ஆண் குறித்த அறங்கள் சமூக பொருளாதர வாழ்வியலை ஒட்டிக் கூறப்பட்டிருக்கின்றன. பாலியல் அறங்கள் பெண்ணுக்குக் கூறியது போல தனித்துவம் பெற்றதாகவோ உள் முரண்கள் கொண்டதாகவோ காணப்படவில்லை.

2. மாதவியின் சமூகப்புரட்சி

(2015இல் நாகர்கோவில் தெ.தி.தா இந்துக் கல்லூரியில் நிகழ்த்தப்பெற்ற தேசியக் கருத்தரங்கு மற்றும் அரிமா நோக்கு மொழி, இலக்கியம், கலை, பண்பாடு, வரலாறு, மெய்யியல், அறிவியல் சார் பன்னாட்டுக் காலாண்டிதழில் வெளியிடப்பெற்ற கட்டுரை, 2017)

தாய் வழிச் சமூகத்தின் எச்சமாகச் சங்க இலக்கியம் திகழ்ந்தாலும் பால் அடிப்படையில் பெண்ணின் இருப்பினை ஒடுக்குவதனை அறிய முடிகின்றது. பரத்தைப் பற்றிய செய்திகள் சங்க இலக்கியத்தில் விரவி கிடந்தாலும், பணத்திற்காகப் பெண் தன் உடலை விற்றதற்குச் சான்றுகள் இல்லை. கணிகையர் குலம் எனும் பிரிவு சிலப்பதிகார காலக் கட்டத்தில் உருவாகிறது. கணிகையர் கலையில் வல்லவர்களாகத் திகழ்ந்தனர். அத்துடன் பாலியல் தொழிலிலும் ஈடுபட்டனர் என்பதனைச் சிலம்பு புலப்படுத்துகின்றது.

கலைச் சமூகத்தின் பிணைப்பாகக் காட்டப் படுபவள் மாதவி. கலையும், அழகும் நிறைந்து காணப்படும் மாதவி, மிக நுணுக்கமாகவும் உயர்வாகவும் படைக்கப்பட்டுள்ள பாத்திரம். காவியத்தின் திருப்பு முனையாகவும் முதன்மைப் பாத்திரமாகவும் திகழ்பவள் மாதவி. கலையும் வாழ்வும் ஒன்றிப் பிணைந்து வெளிக்காட்டுவதற்கு மாதவி பயன்படுத்தப்பட்டுள்ளாள். மாதவியின் பண்பு நலன்களை முதன்மைப்படுத்துவதே இளங்கோவின் நோக்கம் சிலம்பு, மணிமேகலை எனும் இரட்டைக் காப்பியங்களின் வழி மாதவியின்

கலை, அவள் வாழ்வின் சிக்கல், அதன் வழி மாதவி மேற்கொண்ட முடிவு இதனை ஆய்வதே இக்கட்டுரை.

மாதவியின் ஆடலை அரங்கேற்றுக் காதையில் முதலில் காட்சிப்படுத்துகிறார். நாட்டிய நன்னூல் நன்கு கடைப்பிடித்து ஆடலும் பாடலும் அழகும் காட்டி அரசன் முன்னிலையில் அவள் ஆடியதாகக் காட்டப்படுகிறது. ஆடல், பாடல் அழகு எனும் மூன்றில் ஒன்றேனும் குறைவுபடாமல் நாட்டியம் ஆடுபவள் இருக்க வேண்டும் எனும் கருத்திற்கினங்க மாதவி விளங்கியதாக இளங்கோ கூறுகிறார்.

மாதவியின் குலப்பிறப்பினைக் கடலாடு காதையில் எடுத்துக் காட்டுகிறார்.

> நாரதன் வீணை நயம் தெரி பாடலும்
> தோரிய மடந்தை வாரம் பாடலும்
> ஆயிரம் கண்ணோன் செவி அகம் நிறைய
> நாடகம் உருப்பசி நல்காள் ஆகி
> மங்கலம் இழப்ப எனச் சாபம் பெற்ற
> மங்கை மாதவி வழிமுதல் தோன்றிய
> அங்கு–அரவு அல்குல் ஆடலும் காண்குதும் (சிலப். 6:18–20)

அருந்தமிழ் முனிவர் அகத்தியரை வரவேற்க இந்திரன் உருப்பசியை நாட்டியம் ஆடும்படி பணித்தார். இந்திரன் அவையில் இசையின்பம் சிறக்க நாரத முனிவர் இசைத்த நயந்தெரிப் பாடலும், தோரிய மகளிர் பாடிய வாரப் பாடலும் ஆயிரம் கண்களுடைய இந்திரனின் செவிகளில் நிறைந்து நின்றன. அவ்வேளையில் உருப்பசி, சயந்தன் இவர்களின் மயக்கத்தினை வெளிப்படுத்த நாரதர் யாழின் பகை நரம்பு அதிர இசைத்தார். இதனைக் கண்ட அகத்தியர் வீணை மங்கலம் இழப்பதாக எனவும், இவள் மண்ணுலகில் பிறப்பாளாக எனவும் சாபமிட்டார். அதன்படி உருப்பசி நாட்டிய மங்கையாக மாதவி எனும் பெயரில் இப்பூவலகத்தில் கணிகைக் குலத்தில் பிறந்தாள். அந்த மாதவியின் மரபிலே வந்தவள் தான் பாம்புப் படம் போன்ற அல்குலையுடைய மாதவி என்பவள் என்று மாதவியின் பிறப்பு காட்சிப்படுத்தப்படுகிறது.

இவ்வாறு கணிகையர் குலத்தில் பிறந்த மாதவி, சோழமன்னன் முன்னிலையில் தன் நாட்டியத்தை அரங்கேற்றுகிறாள். நாட்டிய ஆசிரியன், இசை ஆசிரியன், தண்ணுமை ஆசிரியன், குழல் ஆசிரியன், யாழ் ஆசிரியன் ஆகியோர் அரங்கில் இருக்க நாடக அரங்கு ஓவியத் திரைகளாலும் விதானங்களாலும் மாலைகளாலும் அழகு பெற அமைக்கப்பட்டது. அவ் நாடக அரங்கில் மாதவி வலக்காலை முன் வைத்து ஏறி வலத்தூணைப் பொருந்தி நின்றாள். மங்கல இசை முழங்கியது.

பொன்னால் ஆகிய பூங்கொடி ஆடுவது போல் மாதவி நாட்டிய நூலின் இலக்கணத்தை நன்கு கடைப்பிடித்து ஆடினாள். மாதவியின் நாட்டியத்தைக் கண்ணுற்ற அரசன், மாதவிக்குத் தலைக்கோல் பட்டமும் ஆயிரத்து எண்கழஞ்சு பொன்னையும் பரிசாக அளித்தான். அத்துடன் பச்சைமாலை ஒன்றையும் பரிசாகத் தருகிறான். இது நாட்டியமாடும் மங்கைக்குக் கிடைக்கும் சிறப்பு.

மாதவியின் தாய் சித்ராபதி அப்பச்சை மாலையை கூனி கையில் கொடுத்து, அவளை நகர நம்பியர் உலவும் தெருவில் நின்று இம்மாலையை வாங்குபவர் மாதவியை அடையலாம் எனக்கூறி விற்குமாறு அனுப்பினாள். இது கணிகையர் குல வழக்கம். அவ்வேளை, கோவலன் மாலையை ஆயிரத்தெட்டுக் கழஞ்சிற்கு வாங்கிக்கொண்டு கூனியுடன் மாதவியின் மனை புகுந்தான்.

மாதவி கோவலனை முன்பே பார்த்திருக்கிறாள் என்பதற்கு எங்கும் குறிப்பில்லை. மாலை வாங்குபவர்க்கு வாழ்க்கைப்படுதல் வேண்டும் எனும் குல ஏற்பாட்டிற்கு அவள் இசைந்துள்ளாள் என்பது உறுதியாகத் தெரிகிறது. ஆனால் கோவலன் மாதவியை முன்பே அறிவானா என்ற சிக்கல் ஆராய்தற்குரியது. 'கலையரசியாகத் திகழ்ந்த மாதவியின் ஆடல் அரங்கேற்றத்தில் அரசனோடு நகரத்துப் பெருங்குடி மக்களும் கலந்து கொண்டனர். காவிரிப்பூம் பட்டினத்தில் மிக்கச் செல்வம் படைத்துப் புகழ்பெற்று அரசறிய வாழ்ந்தவன் மாசாத்துவான். ஆகையால் அத்தகைய பெருஞ்செல்வன் மகன் கோவலனும் மாதவியின் ஆடல் அரங்கேற்றத்திற்குச் சென்றிருப்பான். அவ்வாறு மாதவியின் கலைத்திறத்தில் உள்ளத்தைப் பறிகொடுத்த காரணத்தால் தான் கோவலன் பொன்னைக் கொடுத்து மாதவியின் அன்புக்குரியவன் ஆனான்' (டாக்டர் மு.வ.மாதவி, பக். 25–26) என டாக்டர் மு.வ. குறிப்பிடுகிறார்.

'அரங்கேற்றத்தின் போது மாதவியின் நெடுங்கண் வீச்சு கோவலன் மேல் பட்டது போலும் ...மாதவியின் நெடுங்கண் வீச்சும் தன் நெஞ்சை உருக்க தன்மேல் படவே, அக்கலைமகன் தன்னையே காதல் கொண்டு நோக்கினான் எனக் கோவலன் எண்ணிக் காதல் கொண்டு மாலையை வாங்கினான்' (டாக்டர் தெ.பொ.மீ., கானல் வரி, பக்.50) என டாக்டர் தெ.பொ.மீ. அவர்கள் எடுத்துக்காட்டுகிறார்.

'கூனியின் பின் செல்லத் துணிந்த பொழுது பொருளுக்குத் தன் உடலை விற்க விருப்பங் கொண்டிருந்த மாதவியைக் காணவே கோவலன் சென்றான். அவன் அவளை அதற்கு

முன் பார்த்தறியான்..... ஆகவே அவளை அதற்கு முன் ஒருவரும் பார்த்திருக்க வாய்ப்பில்லை. அவள் ஆடலை அரசனும் அவனைச் சார்ந்த அதிகாரிகளுமே பார்த்திருக்கக் கூடும் (மார்க்க பந்து சர்மா, சிலம்பின் பூக்கள், ப.66–67) என்று சிலம்பின் பூக்கள் ஆசிரியர் எடுத்தியம்புகிறார்.

பெருங்குடி வணிகனின் மகன் ஆகையால் அரச அவையில் இருக்கும் தகுதி அவனுக்கு உண்டு; ஆகவே அரசவையில் மாதவியின் ஆடலையும் அழகையும் கண்டு மயங்கி கோவலன் அம்மாலையை வாங்கியிருக்கலாம். அக்காலச் சமூகச் சூழலில் இவ்வாறு பொன் கொடுத்து மகளிரைப் பெறும் வழக்கம் இருந்தது. அதனால் கோவலனும் ஆயிரத்து எட்டுக் கழஞ்சு பொன் கொடுத்து மாதவியைப் பெற்றான் எனக் கருதலாம்.

மேலும் கோவலன் சராசரியான பெண்ணைப் பார்த்து மயங்கும் இயல்புடையவன் அல்லன் என்பதனை நிருபிப்பதற்காக வும், கண்ணகியின் அழகைப் பலவாறு பாராட்டிப் பேசிய கோவலன் மாதவியின் அழகில் மயங்குவதற்குத் தனி காரணம் கற்பிப்பதற்காகவும் மாதவியின் கலை, அவளின் அழகு இளங்கோவடிகளால் முன்னிறுத்தப்படுகிறது எனலாம்.

மாதவி கோவலன் முதல் சந்திப்பை இளங்கோவடிகள், கண்ணகி கோவலனின் சந்திப்பைப் போன்று விளக்கவில்லை. கண்ணகியை கோவலன் பலவாறு பாராட்டி புகழ்ந்து வருணிப்பது போல் மாதவியை வருணித்ததாகத் தெரியவில்லை. அவளைப் பார்த்தவுடன் ‘விடுதலறியா விருப்பினன் ஆனான்’ எனும் கருத்தினை மட்டும் இளங்கோவடிகள் முன்வைக்கிறார்.

ஆயினும் அந்தி மாலைச் சிறப்புச் செய்காதையிலும் கடலாடு காதையிலும் கலவியும் புலவியும் காதலர்க்கு அளித்தாள் என்றும், கூடலும் ஊடலும் கோவலர்க்கு அளித்தாள் என்றும் இளங்கோவடிகள் மாதவி கோவலன் ஆகிய இருவரின் இன்ப வாழ்வினைக் காட்டுகின்றார்.

> நிலவுப்பயன் கொள்ளும் நெடுநிலா முற்றத்துக்
> கலவியும் புலவியுங் காதலற் களித்தாங்கு
> ஆர்வ நெஞ்சமொடு கோவலற் கெதிர்க்
> கோலங் கொண்ட மாதவி அன்றியும் (சிலப். 4:31–34)

நிலா முற்றத்தில் தன் காதலனுக்கு ஒரு கால் கூடுதலையும் ஒரு கால் ஊடுதலையும் மாறி மாறியளித்து கோவலனை எதிரேற்று முயங்கி, அம்முயக்கத்தால் முன் குலைந்த ஒப்பனையைப் பின்னும் வேட்கை விளைக்குங் கோலமாகத் திருந்தச் செய்து கொள்கிறாள் மாதவி என்று அந்தி மாலைச் சிறப்பு செய் காதையில் விளக்குகிறார் ஆசிரியர். இதன் வழி அவர்கள்

இருவரிடத்திலும் நிகழும் காதலை வெளிப்படுத்துகிறார் என்று கூறலாம்.

கூடலும் ஊடலும் கோவலற் களித்து (சிலப். 6:109)

ஊடற் கோலமோடிருந்த கோவலன் உவப்பக் கால்விரல் முதல் ஓதி ஈறாக அணியத் தகுவன அணிந்து அவன் ஊடலை தெளிவிக்க முயல்வதாகக் கடலாடு காதையில் குறிப்பிடுகிறார். இங்கு கோவலன் மாதவியின் மீது ஊடல் கொண்டிருப்பதனையும் அதனை நீக்க மாதவி முயல்வதையும் எடுத்தியம்புகிறார்.

காவிரிப்பூம்பட்டினத்தின் சிறந்த விழாவாகிய இந்திரவிழா வில் மக்கள் கூடும் பொது மன்றத்தில் நடனம் ஆடுவது கணிகை யருக்குச் சிறப்பு. மாதவி தனித் திறன் பெற்றவள். அத்துடன் அவள் ஆடலுக்காக அரசனால் தலைக்கோல் பட்டமும் பெற்றவள்; ஆகவே இந்திரவிழாவில் தன்னைப் பலவாறு அலங்கரித்துக் கொண்டு தன் திறமையை வெளிப்படுத்தும் நோக்கில் கொடுகொட்டி முதலாகவுள்ள பதினொரு வகையான ஆடல்களை அந்தந்த ஆடலுக்கு உரிய அணியோடும் கொள்கை யோடும் பாட்டோடும் ஆடிச் சிறப்பித்தாள்.

அவரவர் அணியுடன் அவரவர் கொள்கையின்
நிலையும் படிதமும் நீங்கா மரபிற்
பதினோ ராடலும் பாட்டின் பகுதியும்
விதிமாண் கொள்கையின் விளங்கக் காணாய்
(சிலப். 6:64–67)

அவள் அழகும், ஆடலும் பலராலும் பாராட்டப்படுகிறது. கோவலன் ஊடற்கோலமோடு இருக்கின்றான். அவனுடைய ஊடற்கோலத்தை உரையாசிரியர் வெறுப்பு என்று குறிப்பிடு கின்றார். அவன் வெறுப்பிற்குக் காரணம் மாதவியின் ஆடல் அனைவரையும் கவர்ந்ததும் அவள் மீது உள்ள பொறாமையால் வந்த வெறுப்பு என்றும் கூறுகின்றார்.

அவனது வெறுப்பை, கோபத்தைத் தணிக்கும் பொருட்டு மாதவி தன்னை பலவாறாக ஒப்பனை செய்து கொண்டு கடலாட கோவலனுடன் கடற்கரைக்குச் செல்கிறாள். அங்கு மணம் கமழும் பூக்கள் பூத்து விளங்கிய தாழை மரங்களின் பக்கத்தே ஒரு புன்னை மரத்து நிழலில் புதுமணல் பரப்பில் ஓவியத் திரைகளைச் சூழவிட்டு மேலே விதானமும் கட்டி ஒரு சிறந்த இருக்கை வகுக்கப்பட்டது. அதனுள் யானை மருப்பாலாகிய வெண்கால்களை உடைய கட்டில் ஒன்றில் கோவலனும் மாதவியும் இருந்தனர். சித்திரம் வரைந்த ஆடை அணிந்து கோட்டுமலர் புனைந்து, மணமகள் போல் அழகாக விளங்கினாள் மாதவி.

மாதவி வசந்தமாலையின் கையிலிருந்த யாழினை வாங்கினாள். காந்தள் மலர் போன்ற தன் மெல்லிய விரல்களால் மாதவி தடவி இசை எழுப்பிப் பார்த்தாள். இசை நூலில் வகுத்த எட்டு வகையாலும் இசை எழுப்பி, யாழ் பொருந்த அமைந்திருப்பதைக் கண்டாள். அதன் பின் கோவலனிடம் யாழினைத் தர அவன் காவிரியைப் பற்றிய ஆற்றுவரிப் பாடல்களும் கானல் வரிப்பாடல்களும் பாடி யாழினை இசைக்கத் தொடங்கினான். அந்தப் பாடல்களில் காதலன் ஒருவன் தன் காதலியை நினைத்தும் நோக்கியும் கூறுவனவாகக் காதல் கருத்துக்களை அமைத்துப் பாடினான்.

அப்பாடல்களைக் கேட்ட மாதவி அவன் உள்ளத்தில் ஏதோ காதல் குறிப்பு இருப்பதாக எண்ணி, மகிழ்ந்தவள் போல் நடித்து, உள்ளத்தே ஊடல் கொண்டு, அவன் கையிலிருந்த யாழை வாங்கித் தான் பாடினாள். நிலமகள் வியக்கும்படியாகவும், உலக மக்கள் மனம் மகிழும்படியாகவும் யாழிசையோடு பொருந்த இசைப்பாடல்கள் பாடினாள்:

கானல்வரிப் பாடல் கேட்ட மான் நெடுங்கண் மாதவியும்
மன்னும் ஓர் குறிப்பு உண்டு இவன் தன் நிலை மயங்கினான்
எனக்

கலவியான் மகிழ்ந்தாள் போல் புலவியால் யாழ்வாங்கித்
தானும் ஓர் குறிப்பினள் போல் கானல்வரிப் பாடல்பாணி
நிலத்தெய்வம் வியப்பெய்த நீள்நிலத்தோர் மனம்மகிழக்
கலத்தொடு புணர்ந்தமைந்த கண்டத்தால் பாடத்தொடங்குமன்
(சிலப். கானல். 24)

காதலி ஒருத்தி காதலன் பிரிவுக்கு ஆற்றாமல் வருந்துவனவாகக் காதல் கருத்துகள் அமைந்த பாடல்களை மாதவி பாடினாள். அவற்றைக் கேட்ட கோவலன், 'இவள் வேறோர் இடத்தில் மனம் வைத்து இவ்வாறு பாடினாள்' என்று எண்ணி கோபம் கொண்டு, மாதவியை தனித்து விட்டு பிரிந்து அவ்விடம் விட்டு நீங்கினான். மாதவி மனம் மிக சோர்ந்து தனியே வண்டியில் புகுந்து வீட்டிற்குச் சென்றாள்.

கோவலனைப் பிரிந்து வருந்திய நெஞ்சத்தோடு திரும்பிச் சென்றபோது வண்டியில் ஏறிச் சென்றதாகக் கூறாமல் வண்டியினுள் புகுந்து வீட்டினுள் புகுந்தாள் என்று கூறுகிறார் இளங்கோவடிகள்.

கையற்ற நெஞ்சினளாய் வையத்தினுள் புக்குக்
காதலனுடன் அன்றியே மாதவி தன் மனைபுக்காள்
(சிலப். கானல். 52)

கோவலனுடன் வந்தபொழுது மகிழ்ச்சியோடு விளங்கிய தாகவும், கோவலன் இல்லாமல் தனித்துச் சென்றபோது துயரத்தால்

சோர்ந்து ஒடுங்கிச் சென்றதாகவும் புலப்படுத்துவதிலிருந்து கோவலனோடு மாதவிக்கு இருந்த அன்பு புலப்படும்.

கோவலன் ஊடிப் பிரிந்த காரணத்தால் வருந்தித் திரும்பிய மாதவி மாடியில் நிலா முற்றத்தில் அமர்ந்தாள். யாழைக் கையில் எடுத்து இனிய இசை பாடினாள். வேறு வேறு பண்ணை இசைத்தாள். அவள் மனம் அமைதி இழந்தமையால் பாடிய இசை மயங்கியது. இசையில் மனம் ஒன்றாமல் இருந்தமையால் கோவலனுக்குத் திருமுகம் எழுத நினைத்து, சண்பகம், பச்சிலை பித்திகை, மல்லிகை, கழுநீர் ஆகியவற்றைக் கொண்டு தொடுத்த மாலையை எடுத்து அவற்றின் இடையே அமைந்த தாழையின் வெண்ணிறத் தோட்டில் அயலில் அமைந்த பித்திகை அருமைக் கொண்டு செம்பஞ்சிக் குழம்பில் தோய்த்து 'உலகத்தில் எல்லா உயிர்களையும் தம் தம் துணையோடு சேர்த்து மகிழ்விக்கும் இளவேனில் அரசாள்கிறான். திங்களும் நேர்மையானவன் அல்லன். இதை அறிந்தருள வேண்டும்' என்று எழுதி முடித்தாள்.

கோவலன் பிரிந்த அன்றே மாதவி பசந்த மேனியோடு நினைந்து நினைந்து வருந்தினாள் என்று கூறுகின்றார் இளங்கோ.

பசந்த மேனியோடு படர் உறு மாலை   (சிலப். வேனில்.68)

கோவலனுக்கு மதுரையில் நிகழ்ந்த கொடுந்துயரினைக் கேட்ட மாதவி,

வசந்த மாலைவாய் மாதவி கேட்டுப்
பசந்த மேனியன் படர்நோய் உற்று
நெடுநிலை மாடத்து இடைநிலத்து ஆங்கு ஓர்
படை அமை சேக்கைப் பள்ளியுள் வீழ்ந்ததும்

(சிலப். புறஞ்சேரி. 61-70)

துன்புற்று வருந்தியதாகக் கூறுகிறார். இவை அனைத்துமே மாதவி வாழ்ந்த வாழ்வு காதல் வாழ்வு என்பதனைப் புலப்படுத்துகிறது.

துயரத்தால் பசந்த மேனியோடு வசந்தமாலையை அழைத்து 'இந்த மலர்மாலையில் எழுதியுள்ள செய்தியைக் கோவலனுக்குத் தெரிவித்து அழைத்து வருக' என்று கூறி அனுப்பினாள். வசந்தமாலை அதை எடுத்துச் சென்று கோவலனிடம் அதனைக் கொடுக்க நீட்டினாள், 'நாடகமகளாதலின் பலவகையாலும் நடித்தல்' அவளுக்கு இயல்பு என்று கூறி கோவலன் அவ் ஓலையை மறுக்கிறான். மாதவியின் கணிகையர் குலம் கோவலனுக்கு மனதில் நிழலாடியதால் தான் அவளை 'மாயப் பொய் கூட்டும் மாயத்தாள்' என நினைத்து மாதவியை விட்டு விலகுகிறான். வசந்த மாலை கொண்டு வந்த கடிதத்தினைப் படிக்காமல்

உள்ளொன்று வைத்து புறமொன்று செய்யும் ஆடற் கலையைத் தொழிலாக மேற்கொள்பவள் அவள் என்று இகழ்ச்சியாகப் பேசுகின்றான். ஆடல் மகளே ஆதலின் ஆயிழை பாடு பெற்றன அப்பைந்தொடி தனக்கு எனக் கூறி கோவலன் திருமுகத்தை மறுத்து விட்டான்.

மாதவி வேறுபட்ட நாடக வகைகளை அறிந்தவள் என்று கூறி அவள் அறிந்த நாடக வகைகளை விளக்கிக் கூறுகிறான்.

1. கண்கூடு வரி — முதன் முதல் தலைவன் தலைவியைச் சந்திப்பதான அபிநயம்.
2. காண்வரிக் கோலம் — இந்நடனத்தில் தலைவன் வருகை மனமகிழ்வைத் தருவதை அபிநயித்தல்.
3. உள்வரி ஆடல் — மற்றவர்கள் அறியாமல் வேற்றுருக்கொண்டு நடித்தல்.
4. புறவரி — தலைவி தலைவனுடன் அணையாது அவளை அலட்சியப்படுத்தி ஆடுவது.
5. கிளர்வரிக் கோலம் — புணர்ச்சி நிமித்தமாகப் புலந்து தான் சிலதியர்க்குச் சொல்லிவிட்ட மொழியைக் கேட்டுஅப்படியன்றிப் புலந்து சொன்னதாக நடித்தல்.
6. தேர்ச்சி வரி — நாயகனின் கிளைகட்குத் தன் துன்பங்களைத் தேடிச் சொல்லுதலை அபிநயிப்பது.
7. காட்சி வரி — கண்டாரெவர்க்கும் தன் விரகத்தைக் கூறி நடித்தல்.
8. எடுத்துக்கோள் வரி — தான் விழுந்தவளாக விழுந்து பிறர் எடுத்துக்கொள்ளும்படி நடித்தல்.

மனத்தில் அது போன்ற எண்ணமில்லையாயினும் அது தெரியாதவாறு அந்த எண்ணம் உடையவள் போலவே நடிக்க வேண்டியவள் மாதவி. உண்மையா? நடிப்பா? என்ற வேறுபாடு கருத முடியாத அளவிற்கு மாதவி ஆடும் வல்லமை உடையவள். அது போன்று தான் அவள் தன்னிடம் வாழ்ந்த வாழ்க்கையும் என்று ஒரு நொடியில் கூறி விடுகிறான் கோவலன்.

கோவலன் குறிப்பிடுவது போல் மாதவி நாடகமகளாக அவனிடம் வாழவில்லை. கணிகையர் வாழ்வு போன்ற வாழ்க்கையினை மாதவி வாழ்ந்திருந்தாள் கோவலனிடம் அவள் ஊடல் கொண்டிருக்க மாட்டாள். மாதவி கோவலனிடம் ஊடி அவனைத் தன் கணவனாகவே கருதி வாழ்ந்தாள் என்பதற்குப் பல சான்றுகள் சிலப்பதிகாரத்தில் காணப்படுகின்றன.

நிலவும் பயன் கொள்ளும் நெடுநிலா முற்றத்துக்
கலவியும் புலவியும் காதலற்கு அளித்து ஆங்கு
ஆர்வ நெஞ்சமொடு கோவலற்கு எதிரிக்
கோலம் கொண்ட மாதவி (சிலப். அந்தி., 31–34)

கூடலும் ஊடலும் கோவலற்கு அளித்துப்
பாடமை சேக்கைப் பள்ளியுள் இருந்தோள்
(சிலப். கடலாடு., 109–110)

கானல் வரிப் பாடல் கேட்ட மானெடுங்கண் மாதவியும்
மன்னும் ஓர் குறிப்பு உண்டு இவன் தன்னிலை மயங்கினான்
எனக்
கலவியால் மகிழ்ந்தாள் போல் புலவியால் யாழ் வாங்கி
(சிலப். கானல்.21)

என்னும் வரிகள் மாதவி கோவலனுடன் வாழ்ந்த வாழ்க்கை பொய்மை இல்லை என்பதனைப் புலப்படுத்துகின்றன. கணிகையர் குலத்தில் தோன்றினாலும் கோவலனைத் தவிர வேறு ஆடவரை மனதாலும் நினைக்காமல் கற்பு நெறியில் வாழ்ந்தவள் மாதவி. அதனை நினைக்காமல் அவளை ஆடல் மகள் என்று இழித்து கோவலன் கூறுவது அவனது ஆணாதிக்க மனப்பான்மையைக் காட்டுகிறது.

கோவலன் மறுத்ததைக் கண்ட வசந்தமாலை மனம் வருந்தி, மாதவியிடம் சென்று கூறினாள். அதனைக் கேட்ட மாதவி, 'இன்று மாலையில் வாராமற் போயினும் காலையில் வரக் காண்போம்' என்றாள். ஆயினும் சோர்ந்த மனத்தோடு மலர்ப் படுக்கையின் மேல் பொருந்தாமல் வருந்தினாள்.

மாலை வாரார் ஆயினும் மாணிழை
காலை காண்குவம் எனக் கையறு நெஞ்சமொடு
பூமலர் அமளிமிசைப் பொருந்தாது வதிந்தனள்
மாமலர் நெடுங்கண் மாதவி தானென்

(சிலப். வேனில். 115–118)

ஆனால் மாதவியின் நம்பிக்கை பொய்த்துப் போனது. கோவலன் கண்ணகியோடு புறப்பட்டுப் பெற்றோர்க்கும் தெரியாமல் நகரத்தைவிட்டுச் சென்றுவிட்டதை அறிந்த

வசந்தமாலை அதனை மாதவியிடம் தெரிவிக்கின்றாள். அச்செய்தியைக் கேள்வியுற்ற மாதவி மயங்கி விழுந்து துயருற்றாள். மாதவியின் துயரத்தை அறிந்த கோசிகன் அவளைக் கண்டு ஆறுதல் கூற வருகின்றான். கோசிகனைக் கண்ட மாதவி அவனைத் தொழுது, ‘என் துயரை நீங்களே தீர்க்க வேண்டும். ஒரு திருமுகம் எழுதித் தருவேன், என் கண்மணி போன்றவரிடம் எங்காவது தேடிக் கண்டு அந்தத் திருமுகத்தை அவரிடம் சேர்க்க வேண்டும்’ என்று வேண்டினாள். இக்கடிதம் மாதவியின் மன முதிரிச்சியினை எடுத்தியம்புவதாக அமைகின்றது.

> அடிகள் முன்னர் யான் அடி வீழ்ந்தேன்
> வடியாக் கிளவி மனக்கொளல் வேண்டும்
> குரவர் பணி அன்றியும் குலப்பிறப் பாட்டியோடு
> இரவிடைக் கழிதற்கு என்பிழைப்பு அறியாது
> கையறு நெஞ்சம் கடியல் வேண்டும்
> பொய்தீர் காட்சிப் புரையோய் போற்றி (சிலப்.
> புறஞ்சேரி.,87–92)

அடிகாள் உங்களை வணங்குகிறேன். என் மொழிகளைக் கேட்க வேண்டுகிறேன். தாங்கள் பெற்றோரை விடுத்து, இரவினில் குலப் பிறாட்டியான கண்ணகியுடன் ஊரை விட்டுச் செல்வதற்கு நிகழ்ந்த தவறு தான் என்ன? ஒரு கால் என்னுடைய பிழையாக இருப்பின் என் சொல் குற்றமற்ற சொல் என்று கருதி அதனைப் பொருட்படுத்தாமல் விட்டு விட வேண்டுகிறேன். மாதவி உயர்ந்து நிற்கின்றாள். கோவலன் அவளை இகழ்ச்சியாகப் பேசினாலும் தான் அவனைத் தவிர வேறு ஆடவரை நினைக்கவில்லை என்பதனையும் கணிகையர் குலத்தில் பிறந்தாலும் தான் கற்பு நெறி பிறழாதவள் என்பதனையும் மிக நுட்பமாக மாதவி வழி எடுத்துக் காட்டுகிறார் ஆசிரியர்.

தன் பிரிவை அறிந்த தாயும் தந்தையும் மணி இழந்த நாகம் போல் பெருந்துயர் அடைந்து கலங்கியதையும் சுற்றத்தார் உயிர் இழந்த யாக்கை போல் சோர்ந்ததையும் கேட்ட கோவலன் மிக வருந்தினான். தான் செய்த தவறு நினைந்து தன்னை நொந்து கொண்டான். கோசிகன் மாதவியின் துயரத்தையும் எடுத்துக் கூறினான். மாதவி குற்றம் அற்றவள் எனும் எண்ணம் கோவலன் மனதில் தோன்றியது, ‘அவள் ஒரு குற்றமும் செய்யவில்லை, எல்லாம் என் குற்றமே’ என நிகழ்ந்தவற்றை எண்ணி உண்மை உணர்ந்தான். தன் பெற்றோரின் துயரினைத் தீர்க்குமாறு கோசிகனிடம் கூறி திருப்பி அனுப்பினான் கோவலன்.

உண்மை உணர்ந்தும் மாதவிக்காக மனதில் மட்டுமே வருத்தமடைகிறான். அவளுக்காக கடிதம் ஏதும் தருவதாகவோ ஆறுதல் வார்த்தைகள் கூறச் சொல்வதாகவோ செய்தியில்லை.

இது மீண்டும் கோவலனின் ஆணாதிக்க மனப்பான்மையை நிருபிப்பதாகவே உள்ளது.

சில நாட்களில் மாதவி, எதிர்பாராத கொடுஞ்செய்தியினை மாடலன் என்பவன் வழி அறிகின்றாள். மதுரையில் கோவலன் கொலையுண்டதையும் கண்ணகி சிலம்பு ஏந்திச் சென்று வழக்குரைத்து வென்ற செய்தியையும் அரசன் உயிர் நீத்த செய்தியையும் மதுரை நகர் அழிந்த செய்தியையும் கூறுகிறான். அதனைக் கேட்ட மாதவி பெருந்துயருற்றாள்.

மாதவி துயருற்று கணிகையர் வாழ்க்கையையும் தன் குலத் தொழிலையும் வெறுத்தாள். நகரில் அந்தண அடிகள் எனும் பௌத்த துறவி இருப்பதை கேள்வியுற்று அவரிடம் செல்ல எண்ணினாள். அவருடைய அடிகளில் வீழ்ந்து வணங்கிக் கோவலனுக்கு உற்ற கடுந்துயரை எடுத்துரைத்தாள். பிறந்தவர் துன்புறுவர், பிறவார் இன்புறுவர், பற்றால் துன்பம் வரும் பற்றின்மையால் இன்பம் வரும் என்னும் உண்மைகளையும் உய்யும் வகைகளையும் அறவண அடிகள் எடுத்துரைத்தார்.

மறவணம் நீத்த மாசறு கேள்வி
அறவண அடிகள் அடிமிசை வீழ்ந்து
மாபெரும் துன்பம் கொண்டு உளம் மயங்கிக்
காதலன் உற்ற கடுந்துயர் கூறப்
பிறந்தோர் உறுவது பெருகிய துன்பம்
பிறவார் உறுவது பெரும்பே ரின்பம்
பற்றின் வருவது முன்னது பின்னது
அற்றோர் உறுவது அறிக என்று அருளி
ஐவகைச் சீலத்து அமைதியும் காட்டி
உய்வகை இவைகொள் என்று உரவோன் அருளினன்
(மணிமேகலை– ஊரலர். 60–69)

அறவண அடிகளின் அறவுரை கேட்ட மாதவி, மகள் மணிமேகலையோடு அவரிடம் அடைக்கலம் அடைந்து கூந்தலைக் களைந்து, துறவி ஆனாள். கணிகையரின் கலை வாழ்வினைத் துறந்து மாதவி மேற்கொண்ட துறவு வாழ்க்கை அக்காலக்கட்டத்தில் மிகப் பெருந் துணிச்சலான செயல்.

கண்ணகியைக் கற்பில் சிறந்தவளாகக் காட்ட வேண்டும் என்பதற்காக மாதவியை இழிவுப்படுத்திக் காட்டாததே சிலப்பதிகாரக் காப்பியத்தின் சிறப்பு. கண்ணகியின் கற்பிற்கு வழங்கிய அதே அளவு சிறப்பு மாதவியின் கற்பிற்கும் இளங்கோவடிகள் தந்திருப்பது கண்கூடு. மாதவியின் கலைத்திறனும் கற்பும் கலந்து விளங்குமாறு விளக்கியிருப்பது வியக்கத்தகக்து.

மாதவி தொடக்கம் முதல் இறுதி வரை கோவலனை வாழ்க்கைத் துணையாக நினைந்து வாழ்ந்து, அவன் இறந்ததும்

தன் வாழ்வையே துறந்து துறவறம் மேற்கொண்டது அவளின் காதல் வாழ்விற்குச் சான்று. மாதவியை கற்பில் சிறந்தவளாகக் காட்ட வேண்டும் எனும் நோக்கிலேயே இளங்கோ அவளை துறவறம் மேற்கொள்ள வைத்திருக்கிறார்.

மேலும் இளங்கோவினையும் கடந்து சீத்தலைச் சாத்தனார் மணிமேகலைக் காப்பியத்தில் மாதவியின் சிறப்பியல்புகளை எடுத்தியம்புவார். மணிமேகலைக் காப்பியம் பௌத்த காப்பியமாகத் திகழ்ந்தாலும் காப்பியத் தொடக்கத்தில் மாதவியின் சிறப்பினை விவரித்து காப்பியத்திற்குள் சென்றிருப்பது சீத்தலை சாத்தனாரின் மனதிலும் மாதவி உயர்ந்து நிற்பது விளங்கும்.

இந்திரவிழா நடைபெறுகின்றது. வழக்கப்படி மாதவியும் மணிமேகலையும் ஆடுதற்கு வராததால் மனம் வருந்திய சித்தராபதி மாதவியின் தோழியாகிய வயந்தமாலையை அழைத்து ஊரார் கூறும் பழிமொழியை மாதவிக்கு எடுத்துரைத்து அவளை அழைத்து வருக என்று விடுக்கின்றாள். வயந்தமாலையும், மாதவியும் மணிமேகலையும் இருந்த மலர் மண்டபத்தை அடைந்து மாதவியின் தவத்தால் வாடிய உடம்பினைக் கண்டு வருந்தி, 'நாடக மகளிர்க்குரிய கலைகள் பலவும் கற்றுத் துறைபோகிய நீ விழாவிற்கு வாராமலும், மரபிற்கு ஒவ்வாத தவவொழுக்கம் பூண்டுமிருத்தலைப் பற்றி ஊராற் பலரும் பலவிதமாகப் பழிமொழிகள் கூறுகின்றனர். அதனை கேட்பது நாணுடையதாக இருக்கின்றது' என்றுரைத்தனள். அவள் கூறியதைக் கேட்ட மாதவி,

கணவற் ருற்ற கடுந்துயர் பொறா அள்
மணமலி கூந்தல் சிறுபுறம் புதைப்பக்
கண்ணீ ராடிய கதிரிள வளமுலை
திண்ணிதிற் றிருகித் தீயழற் பொத்திக்
காவலன் பேரூர் கனையெரி யூட்டிய
மாபெரும் பத்தினி மகள்மணி மேகலை
அருந்தவப் படுத்தல் அல்ல தியாவதும்
திருந்தாச் செய்கைத் தீத்தொழிற் படாஅள் (மணி. 2:50–57)

காதலனுக்கு நேர்ந்த கடுந்துயரினைக் கேட்டு பொறாமல், காவலன் பேரூரினை எரியூட்டிய மாபெரும் பத்தினியாகிய கண்ணகியின் மகள் மணிமேலை. அவள் தவநெறிக்குச் செல்லுதற்குரியளும் அல்லள் அன்றி, இழிந்த பரத்தமைத் தொழிலுக்குரியளும் அல்லள். ஆதலின் அவள் அங்கே வாராள் என்று கூறுகின்றாள். மணிமேகலையை கண்ணகியின் மகள் என்று கூறும் மனத்திட்பம் மாதவியினை தவிர்த்து வேறு யாருக்கு வரும். அத்துடன் தான் மேற்கொண்ட கணிகையர் வாழ்வு இழிவானது என்றும், அவ்வாழ்வினை மணிமேகலை மேற்கொள்ள மாட்டாள் என்றும் கூறுவதிலிருந்து மாதவியின்

மன உறுதியினையும் சிறப்பினையும் ஆசிரியர் விளக்குவது புலப்படும். மேலும் அறவணவடிகளிடம் தாம் பெற்ற அறவுரையை வயந்தமாலைக்கும் எடுத்துக்கூறி அவளின் மனதினையும் மாற்றுவதற்கான முயற்சியில் மாதவி ஈடுபடுவது உற்று நோக்கின் புலப்படும்.

> பிறந்தோர் உறுவது பெருகிய துன்பம்
> பிறவார் உறுவது பெரும்பே ரின்பம்
> பற்றின் வருவது முன்னது பின்னது
> அற்றோர் உறுவது அறிக

என்ற நால்வகை வாய்மைகளையும் எனக்கு அருளிச் செய்து பஞ் சசீலத்தையும் அறிவுறுத்தி, இவற்றைக் கடைப்பிடிப்பாய் என்று அருள் செய்தனர். ஆதலின் நானும் அங்கு வருதற்குரியேனல்லேன் என்று பதிலுரைக்கின்றாள்.

உதயகுமரன் அம்பலம் புக்க காதையில் பதியிலாரில் குடிக்குத்தம் பட்டாரை ஏழு செங்கல் சுமத்தி அரங்கு சூழ்வித்துப் புறத்து விடும் மரபு இருந்தமையை சித்தாரபதியின் வாயிலாக விளக்குவார் சீத்தலைச் சாத்தனார் (மணி. 18:33–35). இத்தகைய கொடிய தண்டனைகள் இருக்கும் கணிகையர் குலத்தில் பிறந்தும் அவற்றினைப் பொருட்படுத்தாமல் தான் கொண்ட எண்ணத்தில் உறுதியாக நின்ற மாதவி செய்த செயல் புரட்சி அன்றி வேறு என்ன ?

- மதுரையில் கோவலன் மாண்டதை அறிந்த மாதவி துறவு வாழ்க்கையினை மேற்கொள்வது;
- மாதவியின் தாய் சித்ராபதி மாதவியையும் அவள் மகள் மணிமேகலையையும் கணிகையர் குல வழக்கத்தினை மேற்கொள்வதற்காக எடுக்கும் அத்துனை நடவடிக்கைகளை யும் மீறி பௌத்த துறவியாவது;
- தன் மகளை கண்ணகி மகள் என்று கூறுவது;
- அவளையும் பௌத்த துறவினை மேற்கொள்ள செய்வது என மாதவி மேற்கொள்ளும் அத்துனை முடிவுகளும் அவளது மனதிட்பத்தை வெளிக்காட்டுவனவாகவே திகழ்கின்றன.

3. வள்ளுவரின் பெண்மையச் சிந்தனைகள்

(சிதம்பரம் அண்ணாமலைப் பல்கலைக்கழகத்தில் நடைபெற்ற தேசியக் கருத்தரங்கில் வாசிக்கப்பெற்ற கட்டுரை, 2016)

ஆணாதிக்கச் சமூகம் நிலைபெற்று தழைத் தோங்கிய சமூகத்தில் இருந்து தான் வள்ளுவர் திருக்குறளைப் படைத்துள்ளார் என்பதில் இருவேறு கருத்துகள் இருக்க வாய்ப்பில்லை. அவர் உரைத்த ஆண் அறங்களும் பெண் அறங்களும் வேறுவேறானவை என்பதிலும் மாறுபட்ட கருத்தில்லை. கட்டமைக்கப்பெற்ற சமூக நிறுவனத்தின் பண்பாட்டு அடிப்படையில் வள்ளுவர் சிலவற்றை ஏற்கிறார்; சிலவற்றை மறுக்கிறார். நிகழ்காலச் சமுதாயத்தோடு சமரசம் செய்து கொள்ளாமல் பல்வேறு சமூக மதிப்பீடுகளை எதிர்த்துக் குரல் எழுப்பியுள்ளார் வள்ளுவர். ஆனால் அதே சமயத்தில் வள்ளுவம் பெண்நிலைக்கு உரைத்த அறங்கள் அவர்களை அடிமைப்படுத்தத் துணை செய்தனவா என்பதும் ஆழமான ஆய்விற்குரிய வினாவாகும். வள்ளுவர் கூறும் பண்பாட்டு அளவுகோல் அவரது முன்னோரிடமிருந்து பெறப்பட்டதா? அல்லது அவரது சமகாலத்து சமூக நடப்புக்கு உட்பட்ட கருத்தா அல்லது ஆண் எனும் சிந்தனையின் அடிப்படையில் அவரிடமிருந்து எழுந்த கருத்தா எனும் பல சிந்தனைகள், வினாக்கள் எழுகின்றன? இந்த காரணிகளை அடிப்படையாகக் கொண்டு திருவள்ளுவர் கூறும் பெண்நிலைக் கருத்துக்களை இங்கு ஆராயலாம்.

மனித குலம் காட்டுமிராண்டி நிலை, அநாகரிக நிலை, நாகரிக நிலை எனும் மூன்று நிலைகளைத் தாண்டி வளர்ச்சிப் பெற்றுள்ளது. மனித குலத்தின் இந்த வரலாற்றிற்குத் திட்டவட்ட மான ஒழுங்கு முறையைப் புகுத்த முயன்றவர்களில் மார்கனே முதன்மையானவர் என்பது எங்கல்சின் கருத்து.

தொல் சமூகத்தில் காடுகளிலும் மலைகளிலும் திரிந்த மனித இனம், கூட்டாகவே உணவு சேகரிப்பில் ஈடுபட்டு, வேட்டையாடி தன் தேவைகளை நிறைவேற்றிக் கொண்டது; இதன் அடுத்த நிலையாக ஆநிரை உடைமைச் சமூகம் மலர்ந்தது; ஆநிரை உடைமைச் சமூகம் நிலவுடைமைச் சமூகத்தைத் தோற்றுவித்தது. இவ்வேளாண் சமூகமே தனியுடைமைச் சமூகத்தை உருவாக்கியது. பெண் தலைமையின் வீழ்ச்சிக்கும் ஆண் தலைமையின் ஏற்றத்திற்கும் இத்தனியுடைமைச் சமூகம் வழிகோலியது.

“செல்வங்கள் குடும்பங்களின் தனியுடைமையாகி வேகமாகப் பெருகத் தொடங்கியதுமே அவை தாயுரிமைக் குலத்தின் மீது நிறுவப்பட்டிருந்த சமுதாயத்திற்குப் பலமான அடியைக் கொடுத்தன. இணை மணமுறை என்பது குடும்பத்தில் ஒரு புதிய அம்சத்தைப் புகுத்தி இருந்தது. அது இயற்கையான தாயாருக்குப் பக்கத்தில் அத்தாட்சி பெற்ற இயற்கைத் தகப்பனாரை நிறுத்தியது. (எங்கல்ஸ், 1884 (1989), குடும்பம் தனிச்சொத்து அரசு ஆகியவற்றின் தோற்றம், மாஸ்கோ : முன்னேற்றப் பதிப்பகம், ப. 91). என்று எங்கல்ஸ் கூறும் கருத்து இங்கு பொருத்தமுடைத்து. செல்வம் பெருகியதால் ஆண் முதன்மை படைத்தவனாக மாறினான்; தான் சேமித்த சொத்திற்குத் தன் வாரிசு வேண்டும் எனும் எண்ணம் மேலோங்கியது. இதனால் தாயுரிமைச் சமூகம் தள்ளப்பட்டு ஆணாதிக்கச் சமூகம் உருப்பெற்றது; ஒரு தார மணமுறை வலுப்பெற்றது; பெண், ஆணின் உடலின்ப வேட்கைக்குக் கருவியானாள். கற்பு பெண்ணிற்கு மட்டும் சட்டமாக்கப்பட்டது. ஆண், தன் இன்பத்திற்குப் பல பெண்களை மணப்பதும், மகிழ்ச்சியால் இருப்பதும் சமூகத்தில் கேள்விக்குட் படுத்தப்படவில்லை. ஒரு தார மணம் ஆணின் மேலாதிக்கத்தை அடிப்படையாகக் கொண்டு அமைக்கப்பட்டது.

இதன் அடிப்படையில் தான் பெண்ணின் பண்பு நலன்கள் வரையறுக்கப்பட்டன. இலக்கியங்கள் பலவும் பெண்ணின் குணநலனையும் பண்புகளையும் சமூகக் காரணிகளைக் கொண்டே கட்டமைத்தன. இலக்கியம் முன் வைத்த கருத்துகளை மையமிட்டு பெண்கள் பார்க்கப்பட்டனர்.

வள்ளுவர் கூறும் பெண்நிலைக் கருத்துக்களும் இந்த அடிப்படையில் எழுந்ததே. வாழ்க்கைத் துணைநலம் எனும்

அதிகாரத்தில் இருவகையான பண்புகளைக் கொண்ட பெண்களை முன்வைக்கின்றார் வள்ளுவர்.

1. மாட்சிமை குணமுடைய பெண்கள்
2. மாட்சிமை குணம் இல்லாத பெண்கள்

மாட்சிமை குணமுடைய பெண்கள்

சிறந்த நற்பண்புகள் உடைய பெண்களை மாட்சிமை குணமுடைய பெண்கள் என்கிறார் வள்ளுவர்.

மனைத்தக்க மாண்புடையள் ஆகித்தற் கொண்டான்
வளத்தக்காள் வாழ்க்கைத் துணை (வாழ்க்கைத் துணைநலம், 51)

மனையறத்திற்குத் தக்க பண்புகளை உடையவளாகத் திகழ்பவள் மனைவி. இவள் தன்னைக் கொண்டவனது வருவாய்க்குத் தக்க வாழ்க்கையை அமைத்துக்கொள்வாள். இவளே வாழ்க்கைத்துணை என்று, வள்ளுவர் மனைவியை வாழ்க்கைத் துணையாகக் கூறுகிறார்.

ஒருவனுடைய மனைவி நற்பண்புகள் அனைத்தையும் உடையவளாய் திகழ்ந்தாள் அவனிடம் இல்லாதது எதுவும் இல்லை (வாழ்க்கைத் துணைநலம், 53) என்று மனைவியின் உயர்வு எடுத்துரைக்கப்படுகிறது.

கற்பின் திண்மை

கற்பு பெண்ணிற்க்கு எத்துணை முதன்மையானது என்பது வள்ளுவரால் முன்வைக்கப்படுகிறது.

பெண்ணின் பெருந்தக்க யாவுள கற்பென்னும்
திண்மைஉண் டாகப் பெறின் (வாழ்க்கைத் துணைநலம், 54)

தெய்வங்கள் எதையும் வணங்காமல் கொண்ட கணவனை மட்டும் வணங்கி எழும் பெண், பெய் என்று சொல்லும் போது மழை பெய்யும் (வாழ்க்கைத் துணைநலம், 55) என்று பெண்ணின் உயர்வு கூறப்படுகிறது.

கற்பு நெறியில் வழுவாமல் தன்னையும் காத்து தன்னைக் கொண்டவனையும் காக்கக் கூடிய நற்குண, நற்செயல்களை உடையவளே பெண் ஆவாள் (வாழ்க்கைத் துணைநலம், 56) என்று மேலும், பெண்ணின் உயர்வு வலியுறுத்தப்படுகிறது.

பெண் தன் மன உறுதியினால் மட்டுமே தம் கற்பினை காத்துக்கொள்ளமுடியும். அதுவன்றி சிறை முதலியவற்றால் காக்க முடியாது என்று பின்வரும் குறள் விளக்குகிறது.

சிறைக்காக்கும் காப்பு எவன்செய்யும் மகளிர்
நிறைக்காக்கும் காப்பே தலை (வாழ்க்கைத் துணைநலம், 57)

கணவனை வணங்கும் மகளிர் புத்தேளிர் வாழும் உலகில் பெரும் சிறப்பினைப் பெறுவர் (வாழ்க்கைத் துணைநலம், 58). மேலும் மனைவியின் நற்பண்பே மணவாழ்க்கைக்கு மங்கலமாகும் என்று பெண்கள் எவ்வாறெல்லாம் இருந்தால் என்னென்ன சிறப்புகளை எல்லாம் பெறுவர் என்பதனைப் பட்டியலிட்டுள்ளார். அத்துடன் பெண்களின் நற்பண்பு அவளை மட்டுமல்லாது அவளது கணவனையும் குடும்பத்தாரையும் காக்கக் கூடிய வல்லமைப் பெற்றது என்பதனையும் வலியுறுத்துகிறார்.

காலம்காலமாகப் பெண்கள் மீது திணிக்கப்பட்டு/சுமத்தப்பட்டு வரும் கலாச்சார வேர்கள் இவை. பற்பல நுற்றாண்டுகளுக்கு முன் எங்கோ ஓரிடத்தில் விழுந்த புள்ளி இன்றளவும் பூதாகரமாய் வளர்ந்து பெண்களைத் துரத்தி கொண்டே இருக்கின்றது.

கணவனைத் தெய்வமாக உயர்த்தி பெண்ணை அவனுக்கு கீழானவளாக முன்னிறுத்தி வருவதே இலக்கியங்களின் தலையாய கடமை. இதற்கு வள்ளுவமும் விதிவிலக்கல்ல.

கற்பு பெண்ணிற்கு மட்டும் வலியுறுத்தப்பட்டுள்ளது. அக்கற்பினைக் காத்து கொள்வதும் பெண்ணின் கடமையாகச் சுட்டப்படுகிறது.

மாட்சிமை குணம் இல்லாத பெண்கள்

பெண்களின் நற்பண்புகளை பட்டியலிட்ட வள்ளுவர் அப்பண்புகள் இல்லாத பெண்களின் நிலை பற்றியும் குறிப்பிட்டு உள்ளார். மனைவியிடம் மாட்சிமையுடைய பண்புகள் இல்லாது போனால் இல்வாழ்க்கையில் எந்தப் பயனும் இல்லை. ஒருவன் தன் இல்வாழ்க்கையில் எவ்வளவு சிறப்புகள் பெற்றிருப்பினும் அதனால் எப்பயனும் இல்லை என்று வலியுறுத்துகிறார் வள்ளுவர். (வாழ்க்கைத் துணைநலம், 52, 53).

இல்லதென் இல்லவள் மாண்பானாள் உள்ளதென்
இல்லவள் மாணாக் கடை. (வாழ்க்கைத் துணைநலம், 53)

சிறந்த பண்பு முதலிய புகழ் உடைய மனைவியைப் பெறாதவனுக்குப் பகைவர் முன்பு ஏறுபோல் பீடுநடை இல்லை (வாழ்க்கைத் துணைநலம், 59) என்று மாட்சிமை குணம் இல்லாத பெண்களின் பண்புகளை விளக்கியுள்ளார்.

சமூகத்தில் விலக்கக்கூடிய பெண்கள் பற்றியும் வள்ளுவர் விவரிக்கின்றார். ஒருவனை அன்பிற்காக விரும்பாமல் பொருளுக்காக விரும்பும் பெண்களின் இன்சொல் துன்பத்தைக் கொடுக்கும்.

அன்பின் விழையார் பொருள்விழையும் ஆய்தொடியார்
இன்சொல் இழுக்குத் தரும். (வரைவின் மகளிர், 911)

ஒருவனிடம் உள்ள செல்வத்தை அளந்து அறிந்து அவற்றைப் பெறுவதற்காக இனிய சொல் கூறுகின்ற பண்பற்ற பொது மகளிரின் இன்பத்தை ஆராய்ந்து பொருந்தாமல் விட வேண்டும் (வரைவின் மகளிர், 912) பொருளையே விரும்பும் பொதுமகளிரின் பொய்யான தழுவுதல் இருட்டறையில் பிணத்தைத் தழுவினாற் போன்றது (வரைவின் மகளிர், 913); என்றும்,

தந்நலம் பார்ப்பார் தோயார் தகைசெருக்கிப்
புன்னலம் பாரிப்பார் தோள். (வரைவின் மகளிர், 915)

என்றும் பொதுமகளிரின் பண்பினை விளக்கிவரைகிறார் வள்ளுவர்.

அழகு முதலியவற்றால் செருக்குக்கொண்டு தம் புன்மை யான நிலையான நலத்தை விற்கும் பொதுமகளிரின் தோளை நல்லோழுக்கத்தைப் போற்றும் சான்றோர் பொருந்தார் (வரைவின் மகளிர், 916). இருவகைப்பட்ட மனம் உடைய பொதுமகளிரும் கள்ளும் சூதுமாகிய இம்மூவகையும் திருமகளால் நீக்கப்பட்டவரின் உறவாகும் (வரைவின் மகளிர், 920). என்று வரைவின் மகளிர் என்று கூறப்படும் விலைமகளிரது தொடர்பு அறிவிற் சிறந்த சான்றோரால் ஏற்க கூடியது அல்ல என்று வள்ளுவர் தெளிவாகச் சுட்டுகிறார்.

வள்ளுவர் விலை மகளிர் குறித்து முன்வைக்கும் கருத்துக்கள் ஆண் மகனின் ஒழுக்கம் சார்ந்தவை என்றும் வள்ளுவர் ஆணின் தவற்றையும் சுட்டிக்காட்ட தயங்கவில்லை எனும் கருத்தும் சான்றோரிடையே நிலவிவருகிறது. ஆனால் இங்கு ஒன்றினை ஆழமாக கருத்தில் கொள்ள வேண்டும். விலை மகளிர் எனும் கருத்தாக்கத்தினை உருவாக்கியது யார்? இச்சமூகத்தின் ஆண் வர்க்கமே. சமூகத்தின் ஒரு பகுதி பெண்டீரை கற்புடைய பெண்டிராகவும் அவர்களது ஒழுக்கம் கடுமையான விதிமுறை களுக்கு உட்படுத்தியும் வரையறுத்து, இவ்விதிகளை மீறுபவர்கள் ஒழுக்கம் கெட்ட பெண்கள் என்று அவர்களை தூற்றுவதும் ஆண் வர்க்கமே. மேலும் தன் இன்பத்திற்காக ஒரு பகுதி பெண்டீரை விலை மகளிராக உருவாக்கியதும் ஆண் சமூகமே. அவ்வாறிருக்க பொருளுக்காக முயங்கும் பெண்கள் விலக்கத்தக்க பெண்கள் என்று குறிப்பிடுவது எவ்வகையில் சரி? ஆணின் ஒழுக்க பிறழ்வை வள்ளுவர் சுட்டிக் காட்டினாலும் இங்கு வள்ளுவர் காத்திரமாகச் சாடுவது பெண்களை மட்டுமே. இது அவரது ஆணாதிக்க மனப்பான்மையை சுட்டிக்காட்டுகிறது என்பது தான் வெளிப்படையான உண்மை.

வள்ளுவரின் ஆண் மேலாண்மைச் சிந்தனைக்கு மேலும் ஒரு சிறந்த சான்றுபெண்வழிச் சேறல் எனும் அதிகாரத்தில் அவர்

குறிப்பிடும் கருத்துகள். ஆடவர் மகளிர் சொல் கேட்கக் கூடாது என்பதனையே இவ்வதிகாரத்தில் காட்டமாகச் சுட்டியிருப்பார்.

மனைவிழையார் மாண்பயன் எய்தார் வினைவிழைவார்
வேண்டாப் பொருளும் அது. (பெண்வழிச் சேறல், 901)

மனைவியை விரும்பி அவள் சொன்னபடி நடப்பவர் சிறந்த பயனை அடையமாட்டார் என்று மனைவியின் சொல் கேட்டு நடப்பவரின் நிலையினை விளக்குவதிலிருந்து வள்ளுவரின் பெண்மையச் சிந்தனை தெளிவுபட விளங்கும்.

மேலும் மனைவி விரும்பியபடி செய்து நடப்பவர் தம்முடைய நண்பர்க்கு உற்ற குறையையும் செய்து முடிக்கமாட்டார்; அறத்தையும் செயமாட்டார் (பெண்வழிச் சேறல், 908) என்றும் குறிப்பிடுகிறார்.

மனைவிக்கு அஞ்சி நடப்பவன் பெருமை உடையவனாகத் திகழமாட்டான் என்றும் கடமையைச் செய்வதற்கும் அஞ்சி நடப்பான் என்றும் விளக்குகிறார்.

மனையாளை அஞ்சும் மறுமையி லாளன்
வினையாண்மை வீறுஎய்தல் இன்று (பெண்வழிச் சேறல், 904)

மேலும் மனைவியின் தோளுக்கு அஞ்சி வாழ்கின்றவர் தேவரைப் போல் இவ்வுலகத்தில் சிறப்பான நிலையில் வாழ்ந்த போதிலும் பெருமை இல்லாதவரே ஆவர் (பெண்வழிச் சேறல், 906) என்றும் சுட்டிக்காட்டுகிறார்.

மனைவியின் ஏவல் கேட்டு நடப்பவர் நாணத்தக்கப் பண்பினை உடையவர் என்று இகழ்கிறார்.

பெண்ஏவல் செய்து ஒழுகும் ஆண்மையின் நாணுடைப்
பெண்ணே பெருமை உடைத்து (பெண்வழிச் சேறல், 907)

மேலும் மனைவியிடத்தில் தாழ்ந்து நடக்கும் இழிந்த தன்மை ஒருவனுக்கு எப்போதும் நல்லவரிடையே இருக்கும்போது நாணத்தைத் தரும் (பெண்வழிச் சேறல், 903) என்று சுட்டுவதிலிருந்து வள்ளுவரின் ஆண்மேலாண்மைச் சிந்தனை விளங்கும்.

மேற்கூறப்பட்ட கருத்துகளிலிருந்து மனைவியின் சொல் கேட்டு நடப்பவர், மனைவியிடம் அஞ்சி நடப்பவர் ஆண்மை இல்லாதவர் என்றும், அறச்செயல்கள் செய்வதற்குத் தகுதியற்றவர் என்றும், அவர் எவ்வளவு வீரம் பொருந்தியவராக இருந்தாலும் அவரது வீரம் எவராலும் பாராட்டப்படாது என்றும் பழமைவாத கருத்தினை முன்வைக்கின்றார் வள்ளுவர். பெண்கள் கூறும் கருத்துக்களுக்கு மதிப்பில்லை; பொருளில்லை; அவர்கள் அறிவற்றவர்கள்; அவர்களது கருத்தினை கேட்டு நடப்பது ஆணுக்கு

இழுக்கு என்று கூறும் வள்ளுவர் ஆணாதிக்க சிந்தனைவாதி என்று கூறுவதில் மாறுப்பட்ட கருத்தில்லை என்பது தெளிவாகும்.

ஆணாதிக்கத்தை எதிர்ப்பதற்கும் ஆண் பாலினத்தை எதிர்ப்பதற்குமான வேறுபாட்டை உணர வேண்டும். இங்கு வள்ளுவரின் ஆணாதிக்க மனோபாவமே கேள்விக்குட்படுத்தப்படுகிறது. கலாச்சார காவலர்களாக ஆண் தன்னை பிரகடனப்படுத்தி கொள்வதின் வெளிப்பாடே இவ்வகையான கருத்துகளை முன்வைக்கும் மனோபாவம் எனலாம். முன்பு கூறியது போல் வள்ளுவர் அன்றைய சமூகக் கருத்தாக்கங்கள் பலவற்றை கேள்விக்குட்படுத்தியிருந்தாலும் பெண்ணிற்கான பண்பு நலன்களை வரையறுப்பதில் ஆணாதிக்க மனோபாவமே வெளிப்படுகிறது எனலாம்.

4. பெண்பாற் புலவர்கள் தம் பாடல்களில் மனவெளிப்பாடு

(வாசிங்டன், அமெரிக்காவில் நிகத்தப்பெற்ற புறநானூற்று மாநாட்டில் வழங்கப்பெற்ற கட்டுரை, 2013. போட்டி கட்டுரையாக வழங்கப்பெற்ற இக்கட்டுரை நான்காம் இடத்தினைப் பெற்றது)

பெண்களின் தன்னுணர்வுக் கவிதைகளையும், தனித்துவம் மிக்க பெண் மொழிகளையும் சங்க இலக்கியங்களில் காணலாம். பெண்ணிய வரலாற்றின் தொடக்கமாகச் சங்க இலக்கியத்தைக் கூறலாம். ஆணின் எழுத்திற்கு நிகராக பெண்ணின் எழுத்தும் உண்டு என்பதனை பதிவுசெய்த இலக்கியமாகச் சங்க இலக்கியம் திகழ்கிறது. ஈராயிரம் ஆண்டுகளுக்கு முன்னரே தம் உணர்வுகளைக் கவிதையின் வழி வெளிப்படுத்தி பெண் எழுத்தை, பெண் மொழியை உருவாக்கினர் சங்க காலப் பெண்பாற் புலவர்கள். இப் பெண்பாற் புலவர்களை அடையாளப்படுத்துவதிலும் பல சிக்கல்கள் இன்றளவும் நீடிக்கின்றன. சங்க காலப் பெண்பாற் புலவர்கள் குறித்த எண்ணிக்கையில் பல கருத்து வேறுபாடுகள் நிலவுகின்றன. பெண்பாற்புலவர்களின் எண்ணிக்கையினை உ.வே.சா. 38 எனவும், எஸ். வையாபுரிப்பிள்ளை 30 எனவும், ஔவை துரைசாமிப் பிள்ளை 34 எனவும், புலவர் கா. கோவிந்தன் 27 எனவும், ஔவை நடராசன் 41 எனவும், ந. சஞ்சீவி 25 எனவும், முனைவர் தாயம்மாள் அறவாணன் 45 எனவும் குறிப்பிடுகின்றனர். பெண்பாற் புலவர்களின் எண்ணிக்கையில் கருத்து வேறுபாடுகளிருந்தாலும்

முப்பதிற்கும் மேற்பட்ட புலவர்கள் தனித்துவம் மிக்க பெண் மொழியில் கவிதைகள் படைத்தனர் என்பது சங்க இலக்கியம் வழி புலப்படுகின்றது.

தமிழில் பெண் கவிஞர்கள் தனி மரபாக உருவெடுத்துள்ளனர். இதற்கு ஆதியாக விளங்கியது சங்க இலக்கியமே எனில் மிகை யில்லை. நவீன பெண் கவிஞர்கள் தனது தனித்துவமான எழுத்தின் வழியாக ஆணின் சிந்தனைகளை அடக்குமுறைகளை தகர்த்து எரிகின்றனர். சங்க இலக்கியப் பெண்கவிஞர்களின் எழுத்தில் இந்த வீரியம் வெளிப்படுகிறதா எனில் இல்லை என்றே கூற வேண்டும். ஆனால் பெண்ணின் உணர்வு குறித்த பதிவுகளில் தனித்த அடையாளத்தை இப்பெண்பாற் புலவர்கள் ஏற்படுத்தியுள்ளனர் என்று கூறலாம்.

பெண்ணின் நுண்ணிய உணர்வுகளை தம் எழுத்தில் கொண்டு வந்திருப்பினும் அக்காலச் சமூக கருத்தாக்கத்திலிருந்து விடுபடாத எழுத்தாகவே இவர்களின் எழுத்தினை பார்க்க முடிகின்றது. அக்காலச் சமூகத்தினைப் பிரதிபலிப்பதாக இவர்களின் எழுத்துக்கள் உள்ளன. இருப்பினும் இன்றைய பெண் எழுத்திற்கு இப் பெண்பாற் புலவர்களின் எழுத்தே முன்னோடி என்பது மறுக்க முடியாத சாட்சி. அவ்வகையில் புறநானூற்றில் பெண்பாற் புலவர்கள் தம் பாடல்களில் மனவெளிப்பாடு இங்கு விவாதிக்கப்பட உள்ளன.

புறநானூற்றில் மொத்தம் பதினேழு பெண்பாற் புலவர்கள் பாடியுள்ளனர். ஔவையாரே அதிக எண்ணிக்கையில் பாடல்கள் பாடியிருக்கின்றார். இவர் பாடிய பாடல்களின் எண்ணிக்கை 33 ஆகும். இவருக்கடுத்து மாறோக்கத்து நப்பசலையார் 7 பாடல்கள் பாடியிருக்கின்றார். நக்கண்ணையாரும் பொன்முடியாரும் முறையே 3 பாடல்களும், காமக்கண்ணியாரும் மாற்பித்தியாரும் 2 பாடல்களும் பாடியிருக்கின்றனர். ஏனைய 11 புலவர்களும் ஒரு பாடல் வீதம் பாடியிருக்கின்றனர். அக்காலச் சமூகத்தின் தாக்கம் நேரடியாகவோ மறைமுகமாகவோ இவர்களின் கவிதைகளில் உருவாகிறது.

அரசனின் வீரப்பண்பு, கொடைத்தன்மை, மகளிரின் வீரவுணர்வு, கைம்மை மகளிரின் துயரம், தலைவனைப் பிரிந்து கையற்ற நிலையினைப் பாடுவது, கைக்கிளையாகக் காதல் கொண்டு பாடுவது, பெண் தூது சென்ற ஆற்றல் என பல பொருண்மைகளில் பெண்பாற் புலவர்களின் பாடல்கள் தம் மன எழுச்சியினை வெளிப்படுத்துகின்றன.

ஔவையார் அதிக எண்ணிக்கையில் பாடல்கள் பாடியிருக் கிறார் என்பதனை முன்னரே கண்டோம். இவர் பாடிய 33

பாடல்களில் 25 பாடல்கள் அதியமான் நெடுமான் அஞ்சியைக் குறித்தது என்பது இங்கு குறிப்பிடத்தக்கது. அவனுடைய வீரம், கொடைத்தன்மை, போர்த்திறம், என அனைத்தையும் புகழ்ந்து பாடியுள்ளார். மேலும் அதியன் இயற்கை எய்திய பின் அவனை நினைந்து பாடிய பாடல்களும் குறிப்பிடத்தக்கன. அதியனின் பல்வேறு குணாதிசயங்களை ஔவை பாடியிருந்தாலும் அவன் பரிசில் தருவதற்குக் காலதாமதம் செய்ததும்

எத்திசைச் செலினும் அத்திசைச் சோறே (புறம். 206:16)

என்று தன் கோபத்தினை வெளிப்படுத்தவும் ஔவை தயங்கவில்லை. மன்னரேயாயினும் செய்தது தவறாக இருந்தால் அதனைச் சுட்டிக்காட்டும் மனோவீரியம் படைத்த பெண்ணாக ஔவை திகழ்ந்ததை அவரின் பாடல்கள் வெளிப்படுத்துகின்றன. அக்கால சமுக அமைப்பில் ஆண் புலவர்களுக்கு நிகராக பெண் புலவர்களும் திகழ்ந்தனர் என்பது ஔவையின் பாடல்கள் வழி அறியலாம்.

கைக்கிளை

கைக்கிளை என்பது ஒரு தலைக் காமம்; ஒருவரிடம் தான் கொண்ட காதலை அவரால் விரும்பப்படாத நிலையிலும் கூறி மகிழ்வதாகும். இவ்வகையில் பெருநற்கிள்ளியை விரும்பிய நக்கண்ணையார் மூன்று பாடல்களில் தம் காதலை வெளிப்படுத்தி பாடியிருக்கிறார்.

தொடி கழித்திடுதல் யான் யாய் அஞ்சுவலே;
அடு தோள் முயங்கல் அவை நாணுவலே (புறம். 83: 2–3)

அவனை அடைய முடியாததால் என் வளை கழன்று போகின்றன. இதனால் நான் தாயை எண்ணி அஞ்சுவேன், அவனுடைய தோளைத் தழுவுதற்கு எண்ணினேன். ஆனால், அவைக்களத்தே உள்ளாரை எண்ணி அஞ்சுவேன் என பெருநற் கிள்ளியின் மீது தான் கொண்ட காதலை புலப்படுத்துகின்றார் நக்கண்ணையார்.

அம் சிலம்பு ஒலிப்ப ஓடி எம் இல்
முழா அரைப் போந்தை பொருந்தி நின்று
யான் கண்டனன், அவன் ஆடு ஆகுதலே (புறம்.85: 6–8)

அழகிய சிலம்பொலிக்க ஓடிச் சென்று எம்முடைய இல்லத்தில் முழவினைப் போலும் அடியை உடைய பனை மரத்தைப் பொருந்தி நின்று அவனுடைய வெற்றியை யான் கண்டேன் என பெருநற்கிள்ளியைப் புகழ்ந்து பாடுகின்றார். தம் உடல் மொழியை நக்கண்ணையார் வீரியத்துடன் தம் கவிதையில் சாத்தியமாக்கியிருக்கிறார் என்றே கூற வேண்டும்.

கலந்தொடா மகளிர்

பெண்கள் பூப்புற்ற காலங்களில் தூய்மையற்றவர்களாகக் கருதப்படும் நிலை சங்க காலத்திலும் இருந்தமையை பொன்முடியார் தம் பாடலில் வெளிப்படுத்தியிருப்பார். பூப்புற்ற மகளிர் மனைகளில் கலம் தொடாது விலகி நின்று தாம் பூப்புற்றமையைத் தெரிவிப்பது தமிழர் மரபு.

தண்டை மன்னர், தாருடைப் புரவி,
அணன்குடை முருகன் கோட்டத்துக்
கலம் தொடா மகளிரின், இகந்து நின்றவ்வே (புறம். 299: 5–7)

பெண்ணின் உடலில் தோன்றும் இயற்கையான மாற்றத்தை துய்மையோடு தொடர்புபடுத்தி அவள் அச்சமயத்தில் எதனையும் தொடாமல் இருக்க வேண்டும் எனவும் இறைவனை வணங்குவதற்கும் அஞ்ச வேண்டும் எனவும் காலம்காலமாக வலியுறுத்தி வருவது பொன்முடியாரின் பாடலில் இருந்து அறிய முடிகின்றது. அந்நேரத்தில் உடல் சூட்டினால் ஏற்படும் மாற்றங்களை துய்மையின்மையோடு தொடர்புபடுத்தி கூறுவது இன்றளவும் நீடிக்கின்றன.

கைம்மை மகளிர்

கணவனை இழந்த மகளிர் கைம்மை மகளிர் என அழைக்கப் படுவர். இக்கைம்மை மகளிரின் நிலையினை பூதப்பாண்டியன் தேவி பெருங்கோப்பெண்டு எடுத்துரைக்கின்றார்.

பெருங் காட்டுப் பண்ணிய கருங் கோட்டு ஈமம்
நுமக்கு அரிதாகுகதில்ல; எமக்கு எம்
பெருந் தோட் கணவன் மாய்ந்தென, அரும்பு அற
வள் இதழ் அவிழ்ந்த தாமரை
நள் இரும் பொய்கையும் தீயும் ஓரற்றே! (புறம். 246 : 11–15)

கைம்மை மகளிர் உண்ணும் உணவும், அவர்கள் மேற்கொள்ளும் நோன்பும் இப்பாடலில் பெருங்கோப்பெண்டால் எடுத்துக் கூறப்படுகிறது. வெள்ளரிக்காயின் விதை போன்ற, மணம் மிகுந்த நெய் தீண்டப்படாத, கீரை இடையிடையே பயின்று கையால் பிழிந்து கொள்ளப்பட்ட நீர் சோற்றுத்திரளுடன் வெண்மையான எள்ளுத் துவையலும் புளியுடன் சமைத்த வேளைக் கீரையையும் வேக வைத்து உணவாக உண்பர் கைம்மை மகளிர். இதுமட்டுமல்லாமல் பருக்கைக் கற்கள் அமைந்த படுக்கையின் மீது பாயுமின்றிக் கிடப்பர்.

இத்தகைய கைம்மை நோன்பினை மேற்கொள்வதைவிட சுடுகாட்டில் உண்டாக்கியதும் கரிய விறகால் அடுக்கப்பட்டதுமான

பிணப்படுக்கை, பொய்கையைப் போன்ற குளிர்ச்சியை எமக்குத் தரும் என்று குறிப்பிடுகின்றார்.

இப்பாடல் அக்கால கைம்மை மகளிரின் நிலையைத் தெளிவாக விளக்குகின்றது. புளிப்பு சுவையைத் தவிர வேறெந்த சுவையும் சேர்க்காத உணவு, மெத்தைவிரிப்பு இல்லாமல் வெறுந்தரையில் படுக்கை என பெண்களின் உணர்வினை மையமிட்டே கைம்மை நோன்பு மேற்கொள்ளப்பட்டதை அறிய முடிகின்றது. பெண்ணின் உடல்சார்ந்த உணர்வுகளைக் கட்டுப்படுத்துவது பெண்ணால் இயலாது எனும் நோக்கில் சமூக வழக்கமாக இது போன்ற சட்டத்திட்டங்களை வகுத்திருப்பது அக்கால சமூகக் கட்டமைப்பை உணர்த்தி நிற்கின்றது.

தூதின் ஆற்றல்

பெண்டிரும் தூது சென்ற சிறப்புக்குரியர் என்பதனை ஔவையாரின் பாடல் உணர்த்துகின்றது. தன்னுடைய வீரமுணர்ந்த அதியமான் தொண்டைமான் பால் இரங்கி ஔவையை தூதாக விடுத்தான்.

இவ்வே, பீலி அணிந்து, மாலை சூட்டி
கண் திரள் நோன் காழ் திருத்தி, நெய் அணிந்து
கடியுடை வியல் நகரவ்வே; அவ்வே,
பகைவர்க் குத்தி, கோடு, நுதி, சிதைந்து,
கொல் துறைக் குற்றில மாதோ (புறம்.95 : 1–5)

இப்பாடலில் தொண்டைமானைப் புகழ்ந்தது போலப் பழித்தும் அதியமானைப் பழித்தது போலப் புகழ்ந்தும் வஞ்சப் புகழ்ச்சியாகப் பாடியிருப்பார் ஔவையார். தொண்டைமான் படைக்கலங்கள் அழகுற விளங்கின என்னும் புகழ்ச்சி அவன் போர்க்களம் கண்டு போரிடாத தன்மையால் படைக்கலங்கள் பொலிவு மாறாமலிருந்தன என்பது உணர்த்துகிறது. எனவே தொண்டைமான் போரில் ஈடுபடாதவன் என இகழ்ச்சி உணர்த்தப்பட்டது. அதியமான் படைக்கலங்கள் பொலிவிழந்து கொல்லன் பட்டறையுள் கிடந்தன எனும் இகழ்ச்சி, அவன் போர் பல கண்டு வெற்றி பெற்றவன் என்பது உணர்த்துகிறது. அதியனின் பேராற்றலை புகழ்ந்துரைத்து போரினை தடுத்தார்.

"இறுதி பயப்பினும் எஞ்சாது இறைவற்கு உறுதி பயக்கும்" (குறள்.690) தூதுத் திறம் படைத்தவர் ஔவையார் என்பதனை இப்பாடல் உணர்த்தி நிற்கிறது.

மகளிரின் வீரவுணர்வு

பெண்பாற் புலவர்கள் அக்கால பெண்களின் வீர

உணர்வினை தம் பாடல்களில் எடுத்தியம்புகின்றனர். நாட்டின் மீது அவர்களுக்கிருந்த பற்றும் வீரவுணர்வும் பெண்பாற் புலவர்களின் பாடல்களின் வழி வெளிப்படுகின்றது. ஈன்ற பொழுதில் பெரிதுவக்கும் தன் மகனை சான்றோன் எனக் கேட்ட தாய் என வள்ளுவர் குறிப்பிடுவது போல காக்கைப்பாடினியார் நச்செள்ளையாரும், பூங்கண் உத்திரையாரும் தம் பாடலில் தாயின் உவகையினைப் நயமாகப் பாடியிருக்கின்றனர்.

களிறு எறிந்து பட்டனன் என்னும் உவகை
ஈன்ற ஞான்றினும் பெரிதே (புறம். 277: 3–4)

போரில் தன் மேல் வந்த களிற்றினைக் கொன்று அவனும் பட்டு வீழ்ந்தான் எனும் செய்தியைக் கூறக் கேட்ட அவன் தாய், அவனை ஈன்ற பொழுதினும் மிக்க மகிழ்ச்சி கொண்டாள் என பூங்கண் உத்திரையார் கூறுகின்றார்.

மண்டு அமர்க்கு உடைந்தனன் ஆயின் உண்ட என்
முலை அறுத்திடுவேன் யான் எனச் சினைஇ
கொண்ட வாளொடு படு பிணம் பெயரா
செங்களம் துழவுவோள், சிதைந்து வேறு ஆகிய
படு மகன் கிடக்கை காணூஉ
ஈன்ற ஞான்றினும் பெரிது உவந்தனளே! (புறம். 278 : 4–9)

புறப் புண்பட்டுப் போர்களத்தில் நின்மகன் வீழ்ந்தான் என்ற சொல் கேட்டு வஞ்சினம் கூறி வாளோடு சென்ற ஒரு தாய் உண்மை உணர்ந்து உவகை கொண்ட சிறப்பினை இப்பாடலில் நச்செள்ளையார் விளக்குகிறார்.

மறக்குடிப் பிறந்த மகள் ஒருத்தியின் துணிவையும் வீரத்தையும் விளக்குவதாக ஒக்கூர் மாசாத்தியாரின் பாடல் அமைகின்றது.

இன்றும், செருப்பறை கேட்டு, விருப்புற்று மயங்கி
வேல் கைக் கொடுத்து, வெளிது விரித்து, உடீஇ
பாறு மயிர்க் குடுமி எண்ணெய் நீவி
ஒரு மகன் அல்லது இல்லோள்
செருமுகம் நோக்கிச் செல்க என விடுமே! (புறம். 279 :7–11)

தந்தையை இழந்தும் கணவனை இழந்தும் தன் ஒரே மகனை போர்ப்பறை கேட்டவுடன் போர்களத்திற்கு அனுப்பும் இவளின் வீரப் பண்பு பெண்பாற் புலவரையல்லாது வேறு யாரால் இத்துணை தெளிவாக உணர்த்தமுடியும்.

கொடைத் தன்மை

பாராட்டும் பண்பு பெண்களிடத்து இயற்கையாக் காணப்படுகின்றது என்பதனை பெண்பாற் புலவர்களின்

பாடல்கள் வழி அறியலாம். தம் அரசர்களின் கொடைத் திறத்தினைப் பலவாறாக புகழ்ந்துரைக்கின்றனர் பெண் கவிஞர்கள்.

சிறியிலை நெல்லித் தீங்கனி குறியாது
ஆதல் நின் அகத்து அடக்கி
சாதல் நீங்க, எமக்கு ஈத்தனையே! (புறம். 91 : 9–11)

கிடைத்தற்கரிய, வாழ்நாள் நீட்டிக்கும் அரிய நெல்லிக்கனியைத் தானுண்ணாமல் அதியமான் ஔவைக்குத் தந்த போது அவர் உவந்து பாடியது. அதியமான் தன்னுடைய நலம் கருதா பண்பினன் எனப் பாராட்டப் படுகின்றார்.

பொழுது இடைப்படாஅப் புலரா மண்டை
மெழுகு மெல் அடையின் கொழு நிணம் பெருப்ப
அலத்தற் காலை ஆயினும்
புரத்தல் வல்லன், வாழ்க. அவன் தாளே! (புறம். 103 : 9–12)

எந்நேரமும் அதியமான் உணவு அளித்து விருந்தோம்புவதால் உண்கலம் ஈரம் காயாமல் இருக்கும் தன்மையை உணர்த்துகின்றது. ஔவையார் விறலியை அதியனிடம் ஆற்றுப்படுத்துகின்றார். அவனை நாடிச் சென்றால் பரிசில் நீட்டிக்க மாட்டான் என்று அவனின் கொடைத் தன்மையை எடுத்தியம்புகின்றார்.

யாம் சில
அரிசி வேண்டினேமாக, தான் பிற
வரிசை அறிதிலின், தன்னும் தூக்கி
இருங் கடறு வளைஇய குன்றத்து அன்னது ஓர்
பெருங் களிறு நல்கியோனே; (புறம். 140 : 4–8)

யாம் சில அரிசி வேண்டினேம், அவன் எம் வறுமையைப் பார்த்து மலை போன்றதொரு யானையைப் பரிசாக அளித்தான் என்று நாஞ்சில் வள்ளுவனின் கொடைத் தன்மையினைப் பாடுகின்றார் ஔவையார். அரசனைக் குறை கூறுவது போல் அவனது கொடைத் தன்மையைப் புகழ்ந்து பாடுகின்றார்.

பாடுநர் போலக் கைதொழுது ஏத்தி
இரந்தன்றாகல் வேண்டும் (புறம். 226 : 3–4)

இங்கு கிள்ளி வளவனின் கொடைச் சிறப்பை மாறொக்கத்து நப்பசலையார் வியந்து பாராட்டுகின்றார். பாடுநர் போல வந்து தொழுதால் அவன் உயிரையே கொடைப் பொருளாகத் தருவான் என அவனது கொடை மேம்பாட்டினைக் கூறுகின்றார்.

பெண்பாற் புலவர்கள் அனைவரும் அவர்கள் பாடும் அரசனது கொடைத் தன்மையினை வியந்து, பாராட்டி, புகழ்ந்து பாடியிருப்பதனை அறிய முடிகின்றது.

வீரப்பண்பு

சங்கப் பெண்பாற் புலவர்களின் பாடல்களில் அரசர்களின் வீரத்தினை வெளிப்படுத்தும் பல பாடல்கள் விரவி கிடப்பதனை அறியலாம்.

அதியனின் பேராற்றலை ஔவை பல பாடல்களில் எடுத்தியம்புகின்றார். அவன் வீரத்தின் முன் நீங்கள் தோற்றோடி போவீர் ஆதலால் அவனை எதிர்க்க வேண்டாம் என பகைவரை எச்சரிக்கை செய்து பாடல்கள் பல ஔவை பாடியிருக்கின்றார். அதியன் புறங்கொடாது விழுப்புண் பெற்ற வீரமுடையன். பகைவர் அவனுடைய ஆற்றலுக்கு ஆற்றாது தோற்றோடினர். எனவே அவர்கள் விழுப்புண் பெற்றனர்.அதியனின் பெருமையையும் ஏனையோரின் சிறுமையையும் 93 ஆம் பாடலில் ஔவை விளக்கியிருப்பார்.

தொன்மையான குடிச் சிறப்புடைய அதியமானின் வீரத்தைப் பாடுதல் அரிது. பரணர் ஒருவனாலேயே பாட இயன்றது என்று புறநானூற்றின் 99 ஆம் பாடலில் ஔவை கூறியிருப்பார். அவன் வீரம் முழுமையும் அடக்கிக் கூறுதல் எளிதன்று; பாடவல்ல புலவராகிய பரணர் போன்றவரால் அன்றிப் பிறரால் பாடுதல் இயலாது என்பது இப்பாடலின் வழி பெறப்படும்.

நுண் பல் கருமம் நினையாது
இளையன் என்று இகழின். பெறல் அரிது ஆடே

(புறம். 104:5–6)

‘இளையன்’ என்று மதியாது போர் தொடுப்பின் நீங்கள் வெற்றிப் பெறுதல் அரிது. ஆகவே உங்களைப் பாதுகாத்துக் கொள்ளுங்கள் என்று அதியனின் வெற்றியைப் பாராட்டிப் பாடுகின்றார் ஔவையார்.

நெல்லின் செம்மல் மூதூர்
நுமக்கு உரித்தாகல் வேண்டின், சென்று அவற்க்கு
இறுக்கல் வேண்டும் திறையே, மறுப்பின்
ஒல்வான் அல்லன் வெல் போரான் (புறம். 97 : 18–21)

அதியனுடன் போரிட்டு வெல்வது அரிது; உம்முடைய ஊர் உமக்கு உரிமையாக வேண்டுமெனில் திறை செலுத்திப் பணிவீர் அதுவே உமக்கு நல்லது என்று ஔவை அதியனின் வீரச் சிறப்பினை எடுத்தியம்புகின்றார்.

சோழன் கரிகாற் பெருவளத்தானை வெண்ணிக் குயத்தியார் புகழ்ந்து பாடுவதுபோல் பெருஞ்சேரலாதனை சிறப்பித்து பாடுகின்றார்.

> நின்னினும் நல்லன் அன்றே
> கலிகொள் யாணர் வெண்ணிப் பறந்தலை
> மிகப் புகழ் உலகம் எய்தி
> புறப் புண் நாணி, வடக்கிருந் தோனே ?   (புறம். 66: 5–8)

கரிகாலன் வெற்றியால் புகழைப் பெறினும், மார்பு தைத்துப் புறத்து வேல் உருவின புண்ணைக் கருதி நாணி வடக்கிருந்த சிறப்பால் கரிகால் வளவனை விடச் சிறப்புடையோன் பெருஞ் சேரலாதன் என்று புகழ்கிறார்.

பகைவர்களிடம் அதியனின் வீரத்தை எடுத்தியம்புவதாக இப்பாடல் அமைகின்றது. எம்மிடத்தும் ஒரு வீரன் உள்ளான். அம்மறவன் ஒரு நாளில் எட்டுத் தேரைச் செய்யும் தச்சன், ஒரு மாதம் கூடிச் செய்த தேர்க்காலிற்கு ஒப்பானவன். அத்தகைய ஆற்றல் பொருந்திய மறவன் எம்மிடம் உளன். எனவே நீவிர் வீணே பொருது அழிய வேண்டா எனக் கூறுதற்கு 'களம்புகல் ஓம்புமின்' என்று கூறுகின்றார்.

பெண்பாற் புலவர்களின் பாடல்களில் அக்கால அரசர்களின் வீரம் உணர்த்தப்படுகின்றது. அதியனின் அரசவைப் புலவராக ஒளவை வீற்றிருந்து அவனின் பேராற்றலை வியந்து அவர் பாடியுள்ள பாடல்கள் குறிப்பிடத்தக்கன.

சங்க காலச் சமுதாயம் தாய் வழி சமூகத்தின் எச்சங்களையும், தந்தை வழிச் சமூகம் வேரூன்ற ஆரம்பித்த கால கட்டத்தையும் புலப்படுத்துகிறது. அக்கால சமூக கட்டமைப்பில் பெண்பாற் புலவர்கள் தம் கருத்தினை எடுத்து கூறியிருப்பது பாராட்டிற்குரியது. நக்கண்ணையார் வெளிப்படுத்தியிருக்கும் உடல்மொழியும் பூதப்பாண்டியன் தேவி பெருங்கோப்பெண்டு கைம்மைமகளிரின் நிலையை எடுத்து கூறியிருப்பதும் ஒளவையின் துணிச்சல் மிகுந்த பேராற்றலும் இக்காலக்கட்டத்தில் சாத்தியம். ஆனால் அன்றைய சூழலில் பெண்பாற் புலவர்களின் செயல் சிறியதாக இருப்பினும் அரிதானது என்பதில் ஐயமில்லை.

5. பரத்தையர் திருமண உரிமையும், மகப்பேறும்

(சேலத்தில் நிகழ்த்தப்பெற்ற சங்க இலக்கிய கருத்தரங்கில் வாசிக்கப்பெற்ற கட்டுரை, 2001)

பரத்தையர் குறித்த செய்திகள் தொல்காப்பியம் தொடங்கி இன்று வரை தொடர்ச்சியாகத் தமிழ் இலக்கியங்களில் பதிவாகியுள்ளன. மனைவியாகவும், தாயாகவும், கற்பைப் பாதுகாத்துக் கொள்ள மகளிர் விளங்க ஆணினுடைய பாலியற் தேவைகளை நிறைவேற்றப் பரத்தையர் வாழ்ந்தனர். ஆண்களைத் தம்மிடம் தங்க வைக்கவும், குலமகளிரிடம் இல்லாத திறன்களைப் பரத்தையர்கள் வளர்த்துக் கொண்டனர். ஆடலும் பாடலும் கலைகளும் இவர்களுக்குக் கைகொடுத்து உதவின.

சங்க இலக்கியங்களில் காட்டப்பட்டுள்ள பரத்தமையொழுக்கம், அக்கால அங்கீகரிக்கப்பட்ட ஒருக்கமாகவே இருந்திருக்கின்றது. இதனால் பாதிப்படைந்த மனித ஒழுக்கம் பற்றியோ, பாதிக்கப் பட்டவர் யார் என்பது குறித்தோ தெளிவாகக் காட்டப்படவில்லை. பரத்தமை தொழிலில் ஈடுபட்ட பெண்ணின் மன உணர்வுகள் அவளின் நோக்கில் பதிவாகவில்லை எனுமிவற்றை ஆய்வு செய்வதாக இக்கட்டுரை அமைகிறது.

சங்க இலக்கியங்களில் பரத்தமையொழுக்கம் பெரும்பாலும் மருத திணையிலேயே பாடப் பட்டுள்ளது. "மருத நிலத்தில் உணவுக்குப் பஞ்ச மிலை, ஆதலின் மக்கள் தங்கள் ஓய்வு நேரங்களைக்

கல்வியிலும் கலை வளர்ச்சியிலும் செலவிடத் தொடங்கினார்கள். சோற்றுக் கவலை இல்லாததால் நிலக்கிழார் பலர் பரத்தையரோடு பழகலாயினர். எனவே, தமிழ் நூல்களில் பரத்தையர் பிரிவு ஏற்பட்டது", (1:98) என்று மா. இராசமாணிக்கனார் கூறும் கூற்றை இங்கு ஒப்புக் கொண்டே ஆக வேண்டும். சங்க இலக்கியத்தில் படைக்கப்பட்டுள்ள தலைவனுக்குக் கவலைகள் இருந்ததாக இலக்கியம் வழி அறிய முடியவில்லை. அதனால் தான் அவன் பரத்தையரை நாடிச் சென்றுள்ளான்.

இலக்கியமும் பரத்தையரும்

சங்க இலக்கியங்கள் பலவகையான பரத்தையர்களைக் காட்டுகின்றன. காமக்கிழத்தி, காதற்பரத்தை, இற்பரத்தை, சேரிப்பரத்தை என பலரைக் காட்டுகின்றது. காமக்கிழத்தி, காதற்பரத்தை, இற்பரத்தை, சேரிப்பரத்தை என பரத்தையர்கள் சங்க இலக்கிய பாடல்களில் உரையாசிரியர்களால் காட்டப்பட்டாலும், இப்பரத்தையரைப் பற்றிய குறிப்பு பாடல் வரிகளில் இடம் பெறவில்லை என்பது இங்கு நோக்கத்தக்கது. உரையாசிரியர்கள் பாடலை விளக்கும் பொழுது, தலைமகன் பல பரத்தையரை நாடிச் செல்கின்றான் என்பதனையும், அவர்களுக்குள் இருக்கும் வேறுபாட்டினையும் எடுத்துக் காட்டுகின்றனர். அதிலிருந்து காமக்கிழத்தி, காதற்பரத்தை, இற்பரத்தை இவர்கள் அனைவரையும் ஒரு வகையினராகவும் சேரிப் பரத்தையை மற்றொரு வகையினராகவும் காட்டியுள்ளனர் என்று கூறலாம்.

காமக்கிழத்தி - காதற்பரத்தை

பரத்தையருள் ஒரு வகையினராகக் கருதப்படும் காமக்கிழத்தியர், பரத்தையரிலிருந்து வேறுபட்டவராகவே காட்டப்படுகின்றனர். "இவர் பலர்க்கு முரியரன்றியொருவர்க்கே யுரிமை பூண்டு வரும் குலப்பரத்தையர் மகளிராய்க் காமங் காரணமாகத் தலைமகனால் வரைந்து கொள்ளப் பட்டவர்கள்"(அபிதான சிந்தாமணி, ப.408) என்ற விளக்கத்திலிருந்து இவர்கள் பரத்தையரிலிருந்து வேறுப்பட்டவர்கள் என்பதனை அறிய முடிகின்றது.

"காதற் பரத்தையர், சேரிப்பரத்தையர் போன்று பொதுமகள் ஆகாமல் ஒருவனுக்கே உரிமை பூண்டொழுகும் காமக்கிழத்தி என்க" என்று ஐங்குறுநூறில் பொ.வே. சோமசுந்தரனார் காதற்பரத்தைக்கு விளக்கம் கொடுக்கிறார்.

மேற்கூறப்பட்ட விளக்கங்களிலிருந்து காமக்கிழத்தியும், காதற்பரத்தையும் வெவ்வேறானவர் அல்ல என்பதும், உரையாசிரியரால் அவ்வாறு குறிக்கப்பெறுவதும் விளங்கும்.

கலையும் பரத்தையும்

"பரத்தையர் யாவரெனின், அவர் ஆடலும் பாடலும் வல்லவராகி, அழகும் இளமையும் காட்டி, இன்பமும் பொருளும் வெட்கி ஒருவர் மாட்டும் தங்காதார்," *(2:174)* என்பார் தொல்காப்பிய உரையாசிரியர் இளம்பூரணர்.

இவர் கூற்றிலிருந்து பரத்தையர்களுக்குக் கலைகளில் திறமையும், ஆர்வமும் இருந்ததை அறியமுடிகின்றது. சங்க இலக்கியங்கள் குறிப்பிடும் பரத்தையர்கள் நடனமாடினார்களா என்பதனை நோக்கும் பொழுது அகநானூற்றில் இடம் பெற்ற இரண்டு பாடல்கள், பரத்தையரக்ள் நடனமாடிய செய்தியை எடுத்தியம்புகின்றது.

மண்கனை முழவொடு மகிழ்மிகத் தூங்கத்
தண்டுறை ஊரெனெம் சேரி வந்தென (அகம்.76:1–2)

என்ற பரத்தை கூற்றிலிருந்து பரத்தையர்கள் ஆடிக்கொண்டிருந்த இடத்திற்கு அதனைப் பார்ப்பதற்காகத் தலைவன் வந்தான் என்பதனை அறிய முடிகின்றது. இதிலிருந்து பரத்தையர்கள், பரத்தமை ஒழுக்கத்தை மட்டும் மேற்கொள்ளவில்லை என்பதும், கலைகளில் அவர்களுக்கிருந்த ஈடுபாட்டையும் அறிய முடிகின்றது.

திருமண உரிமை

குலப்பரத்தையர் மகளிராய்க் காமங் காரணமாகத் தலைமகனால் வரைந்து கொள்ளப்பட்டவர்கள் என்பதிலிருந்து காமக்கிழத்திக்குத் தலை மகனோடு திருமணம் நடைபெற்றதை அறிய முடிகின்றது. இதனைச் சங்க இலக்கிய பாடல்களும் புலப்படுத்துகின்றன.

நறும்பல் கூந்தற் குறுந்தொடி மடந்தையொடு
வதுவை அயா்ந்தனை யென்ப அலரே (அகம். 36:11–12)

என்ற அகநானூற்று பாடலிலிருந்து காதற்பரத்தையரைத் தலைவன் திருமணம் செய்து கொண்ட செய்தி அலராக எழுந்தது என்பதனை அறிய முடிகின்றது. மேலும் ஒரு அகநானூற்றுப் பாடல்,

ஒண்தொடி ஆயத் துள்ளும்நீ நயந்து
கொண்டனைஎன்ப ஓர் குறுமகள் அதுவே (அகம். 98:9–11)

பரத்தையருள், இளைய மகளை விரும்பி தலைமகன் மணம் செய்து கொண்டதனை ஊரார் கூறுகின்றனர் என்றும் விளக்குகின்றது.

தாழிருங் கூந்தல்
பிறரும் ஒருத்தியை நம்மனைத் தந்து
வதுவை அயா்ந்தனை யென்ப (அகம். 46:8–10)

என்ற பாடலிலிருந்து பரத்தையரை வீட்டிற்கு அழைத்து வந்து திருமணம் செய்து கொள்வதும் உண்டு என்பது புலப்படுகின்றது.

நிரை தார் மார்பன் நெருநல் ஒருத்தியொடு
வதுவை அயர்தல் வேண்டி (அகம். 66:7–8)

மற்றுமொரு பாடலில் தலைவன் நேற்று ஒருத்தியை மணம் செய்து கொள்ள விரும்பினான்; புதிதாகச் செய்து கொண்ட மணக் கோலத்துடன் இத்தெருவினையும் கடந்து சென்றான் என்று விளக்குகின்றது.

கண்டல் வேலிய ஊர்,'அவன்
பெண்டு' என அறிந்தன்று; பெயர்த்தலோ அரிதே (நற். 74:10–11)

அவனால் விரும்பப்பட்ட பரத்தை அத்தலைவனுக்கு மனைக்கிழத்தியானாள் என இவ்வூர் கூறிற்று என்று கூறி தோழி, பாணனுக்கு வாயில் மறுத்ததாகக் கூறுகின்றது.

தலைவன் பரத்தையரை வதுவை வழிக் கூடினான் என்பதனை இச்சான்றுகள் தெளிவு செய்கின்றன. தலைவன் தன் காம இச்சையைத் தீர்த்து கொள்வதற்குப் பரத்தையிடம் செல்லினும் அவளையும் தன் உடைமைப் பொருளாக ஆக்கிக் கொள்ளும் நிலை தெளிவுப்படுத்தப்படுகின்றது. பரத்தையை மணந்து அவளின் சுதந்திரப் போக்கைத் தன் கட்டுக்குள் கொண்டுவரும் ஆணின் செயல் இங்கு சிந்திக்கத்தக்கது.

தலைவனை மணக்கும் காமக்கிழத்திக்குத், தலைவிக்கு இருக்கக் கூடிய அனைத்துக் கடமைகளும், உரிமைகளும் இருக்கின்றன என்பதனைப் பின்வரும் தொல்காப்பிய நூற்பா விளக்குகின்றது.

அவன் சோர்வு காத்தல் கடனெனப் படுதலின்
மகன் தாயுமர் புந்துன்னுயர் பாகுஞ்
செல்வன் பணிமொழி இயல்பக லான (தொ.பொருள்.172)

என்பதிலிருந்து, காமங்காரணமாகத் திருமணம் செய்துகொண்ட காமக்கிழத்தி தலைவிக்கு அடுத்த நிலையில் வைத்து கருதப்படுகிறாள். ஆகவே, காமக்கிழத்தி தலைவனின் இரண்டாவது மனைவியாக இருக்க வாய்ப்புண்டு என்று கருதலாம்.

அத்துடன் காமக்கிழத்தியரிடம் தொடர்புகொண்டு ஓர் ஆண்மகன் வாழும்பொழுது அக்காமக்கிழத்தியிடம் தலைவி எவ்வாறு நடந்து கொள்ள வேண்டும் என்பதனையும் தொல்காப்பியம் விளக்குகின்றது.

தாய் போற கழறித் தழீஇக் கோடல்
ஆய்யனைக் கிழத்திக்கும் உரித்தெனமொழிப
கவவொடு மயங்கிய காலையான (தொல்.பொருள்.171)

என்ற நூற்பா கமக்கிழத்தியிடம் தாய்போல் பேசி தழுவி நடந்து கொள்வது மனைக்கிழத்திக்கு உரித்து என்று கூறுகின்றது. இதிலிருந்து தலைவனை மணந்துக் கொண்ட காமக்கிழத்தியைத் தலைவி ஏற்று கொள்ள வேண்டும் என்பதும், இரு பெண்களும் ஒற்றுமையோடு வாழ வேண்டும் என்பதும் புலப்படுகின்றது.

இருப்பினும்,
மனையோள் வவ்வலும் அஞ்சுவல் சினைஇ (அகம். 396:15)

எனும் அகநானூற்றுப் பாடல் மனைவியாகிய தலைவி உன்னைப் பறித்துக் கொள்வாளோ என்று காதற் பரத்தை அஞ்சுவதாக எடுத்துக் காட்டுகிறது. திருமணம் செய்துகொண்டாலும். தலைவியின் அனைத்து உரிமைகளும் கடமைகளும் அவளுக்கிருந் தாலும் அவள் வாழ்க்கை கேள்விக்குறியாக இருப்பதனை உணரமுடிகின்றது.

பரத்தையரும் தாய்மை உணர்வும்

பரத்தமைத் தொழில் புரியக் கூடிய பெண்களின் உணர்வுகளை இலக்கியங்கள் எடுத்தியம்பியதாகத் தெரியவில்லை. அவர்கள் பொருளுக்காகப் பழகக் கூடியவர்களே என்று இழிவாக மட்டுமே பேசப்பட்டுள்ளது. ஆனால் அவர்களுக்கும் தனிப்பட்ட உணர்வு இருக்கும் என்பதனை உணர வேண்டும். மறைந்து கிடக்கும் அவ்வுணர்வினை வெளிக்கொணர்வது இன்றியமையாதது.

தலைவன் பரத்தையரைத் திருமணம் செய்து கொண்டாலும், அவர்கள் தாய்மைப் பேறு அடைந்தனர் என்பதற்கு இலக்கியம் வழி சான்றுகள் இல்லை என்று கூறலாம்.

காலை எழுந்து, கடுந்தேர் பண்ணி
வால் இழை மகளிர்த் தழீஇய சென்ற
மல்லல் ஊரன், ‘எல்லினன் பெரிது’ என
மறுவரும் சிறுவன் தாயே;
தெறுவது அம்ம, இத்திணைப் பிறத்தல்லே

(குறுந். 45 : 1–5)

தலைவன் பரத்தையை நாடிச் செல்கின்றான். தனக்கு ஆண்மகவு பிறந்தது அறிந்து பரத்தையை துய்த்த அடையாளங் களுடன் தலைவியை காண விரைந்து வருகின்றான். அப்பொழுது தோழி அவனுக்கு வாயில் மறுத்து கூறுவதாக இக்குறுந்தொகை பாடல் அமைகிறது.

இப்பாடலில் ‘சிறுவன் தாயே’ எனும் தொடர் புதல்வர்ப் பயந்து உரிமை கொள்ளும் நிலை பரத்தையர்க்கு இல்லாமையை மறைமுகமாக உணர்த்தி நிற்கின்றது.

ஐங்குறுநூற்றின் வேறொரு பாடல் பரத்தையின் ஏக்க உணர்வினை விளக்குவதாக அமைந்துள்ளது,

வெண் தலைக் குறுகின் மென் பறை விளிக் குரல்
நீள் வயல் நண்ணி இமிழும் ஊர
எம் இவண் நல்குதல் அரிது
நும் மனை மடந்தையொடு தலைப்பெய்தீமோ

(ஐங். 86 : 1–4)

என்ற பாடலிலிருந்து தலைவன் பரத்தையின் வீட்டில் இருக்கும் பொழுது தோழியர் வந்து அவனின் மகவினைப் பற்றி புகழ்ந்து பேச, தலைவன் நெஞ்சம் மகிழ்ச்சியுறுவதை அறிந்து பரத்தை, அழுக்காறடைந்து அவனைத் தலைவியின் இல்லத்திற்குச் செல்லும் படி கூறுவது விளங்குகின்றது.

அகநானூற்றுப் பாடல் பரத்தையின் தாய்மை உணர்வை எடுத்தியம்புகின்றது.

கூர் எயிற்று அரிவை குறுகினள் யாவரும்
காணுநர் இன்மையின் செத்தனள் பேணிப்
பொலங்கலம் சுமந்த பூண்தாங்கு இளமுலை
வருகமாள என் உயிரெனப் பெரிது உவந்து
கொண்டனள் நின்றோள் கண்டு நிலைச் செல்லேன்
மாசில் குறுமகள் எவன் பேதுற்றனை
நீயுந் தாயை இவற்கு என யான்தன்
கரைய வந்து விரைவனென் கவைஇக் (அகம். 16 : 6–14)

என்ற பாடலிலிருந்து, பரத்தையின் தாய்மை உணர்வும் அதனைப் புரிந்து கொண்ட தலைவியின் மனநிலையும் விளக்கப்படுவது புலப்படுகின்றது. பரத்தையை 'மாசில் குறுமகள்' என்று தலைவி விளிப்பதிலிருந்து அவள் மேல் குற்றம் இல்லை என்பதும், அவளின் இந்நிலைக்கு, ஆடவர்களும் சமுதாயமுமே காரணம் என்பதும் விளங்கும். பரத்தையருக்கு இல்லற உரிமைகளும் வாரிசு உரிமைகளும் இல்லை என்பதை சங்க இலக்கியம் உணர்த்தி நிற்கின்றது. தலைவனுக்குக் காம இன்பத்தைத் தருவதே பரத்தையின் அறமாகச் சமுதாயம் வகுத்திருந்ததை உணர முடிகின்றது.

இருவேறு பெண்களின் மனநிலை

ஆண் மகனின் ஒழுக்கக் கேட்டால் தலைவியும் காமங் காரணமாக அவனால் வரைந்து கொள்ளப்பட்ட காமக் கிழத்தியும் பாதிப்புக்கு உள்ளானார் என்று கூறலாம்.

தலைவனால் மணந்து கொள்ளப்பட்ட பரத்தை தலைவியிடம் தலைவன் செல்லும் போது அவனுக்காக வருந்துவதும், தலைவியிடம்

சண்டையிடுவதும் சங்க இலக்கியங்களில் காட்டப்படுகின்றது. எவ்வாறு தலைவி, தலைவன் பரத்தையிடம் செல்லும்போது நடந்து கொள்கிறாளோ அவ்வாறே தலைவனை திருமணம் செய்து கொண்ட காதற்பரத்தையும் நடந்துகொள்ள வேண்டும் என்று இச்சமூக அமைப்பு வரையறுத்து வைத்திருப்பதை உணர முடிகின்றது. ஆணின் உணர்வை மையமிட்டே இலக்கியங்கள் எழுதப்பட்டிருப்பதை இதன் வழி உணரலாம்.

தலைவிக்கு இணையான பிரிவுத் துயரைப் பரத்தையர் வெளிப்படுத்தியமையைச் சங்க இலக்கியப் பாடல்களின் வழி உணரலாம்.

நம் உறு துயரம் களையார் ஆயினும்
இன்னாது அன்றே, அவர் இல் ஊரே; (நற். 216 : 4–5)

தலைவனால் அன்பும் அருளும் மிகப் பெற்ற காதற் பரத்தை, தன் நிலையைத் தலைவனுக்கு உணர்த்தக் கருதினாள். அவள் தலைவிக்குப் பாங்காய் அமைந்த பாணன், விறலி ஆகிய இருவருள் ஒருவரை முன்னிலைப்படுத்தி, "இன்பம் நுகராவிடினும் அவரைக் காணுதல் இனிதாம், அவர் இல்லாத போது ஊரும் இன்னாததாகும் என வருந்தியுரைக்கிறாள் பரத்தை.

காதற் பரத்தையைப் பிரிந்து தலைவன் தலைமகளிடம் சென்று அவளைப் பெரிதும் விரும்பி ஒழுகுகின்றான் என்று பிறர் கூறுவதைக் கேட்ட காதற்பரத்தைத் தலைவியைப் பழித்து கூறுவது போல் பின்வரும் ஐங்குறுநூற்றுப் பாடல் விளக்குகின்றது.

அம்ம வாழி பாண வெவ்வைக்
கெவன்பெரி தளிக்கு மென்ப பழனத்து
வண்டு தாதூது மூரன்
பெண்டென விரும்பின்றவடன் பண்பே (ஐங்.89)

என்ற பாடல், தலைவன், தலைவியிடம் அன்பாய் இருப்பது அவள் பாலமைந்த நற்குணமேயாகும். அவளுடைய பெண்மை நலமன்று என்று அழுக்காறுடன் கூறுவதாக அமைந்துள்ளது.

தலைவன் காதற் பரத்தையைத் திருமணம் செய்துகொண்டு, அவளை விட்டு பிரியாமல் வாழ்ந்தான் என்றும், சொல்வதிற்கில்லை. காதற்பரத்தையையும் விடுத்து, வேறு சில பரத்தையரை அவன் நாடிச் செல்கின்றான் என்பதனைச் சங்க இலக்கிய பாடல்கள் வழி அறிய முடிகின்றது.

காமக்கிழத்தி விழாக்களத்திற்குச் செல்லாமல் தன் வீட்டிலிருந்தாள், அப்பொழுது இளமகள் ஒப்பனையொடு செல்வதை அறிந்து, தலைவன் இவளை பார்த்தால் அக்கணமே அவளிடம் சென்று விடுவானே, இதை உணராமல் நான்

பொழுதை வீணே கழித்து விட்டேனே (நற்.370) என்று காமக்கிழத்தி வருத்தப்படுவதிலிருந்து தலைவன் ஏனைய பரத்தையரையும் நாடிச் செல்லும் வழக்கத்தைக் கொண்டிருந்தான் என்பதனை அறியமுடிகின்றது. அதேபோல், தலைவனால் காம இன்பம் கருதி வரைந்து கொள்ளப்பட்ட காதற்பரத்தை, அவன் சேரிப் பரத்தையரிடம் சென்றாள் என்பதனை அறிந்து அவன் தன்னில்லம் புக்கபொழுது ஊடிச் செல்வதாக அகநானூறு பாடல் ஒன்று அமைந்துள்ளது.

> துய்த்தலை முடங்கிறாத் தெறிக்கும் பொறபுடைக்
> குரங்குகளைப் புரவிக் குட்டுவன்
> மரந்தை அன்னவென் நலந்தந்து வென்மே (அகம்.378)

என்ற பாடல் தலைவன் தன் நலத்தை அழித்து விட்டு, ஏனைய பரத்தையரிடம் செல்வதைக் காதற்பரத்தை இடித்துக் கூறுவதாக விளக்குகின்றது.

வேறொரு பாடலும், தலைவனை இடித்துக் கூறும் காதற் பரத்தைக் கூற்றாக அமைந்துள்ளது.

> தெறலருங் கடவுள் முன்னர்த் தேற்றி
> மெல்லிறை முன்கை பற்றிய செல்லிறந்து
> ஆர்வ நெஞ்சத் தலைத்தலை சிரப்பநின் (அகம்.396)

தெய்வத்தின் முன் நின்று யான் இனி நின்னிற் பிரியேன் என்று சொல்லிய சொல்லைக் கடந்து என்னைக் கைவிட்டு நீ விரும்பிய பரத்தையர் வீடு தோறும் செல்கின்றனை என காதற் பரத்தை இடித்துரைக்கின்றாள்.

ஆண்மகனின் ஒழுக்கக்கேட்டால் தலைவியும், காமம் காரணமாக அவனால் வரைந்து கொள்ளப்பட்ட காமக்கிழத்தியும் ஒருவரையொருவர் சாடிக் கொள்வதை சங்க மருதத்திணைப் பாடல்கள் பெரிதுபடுத்திக் காட்டுவனவாகத் தெரிகின்றன. 1. தலைவன் ஒருத்தி பால் சேர்ந்த வழி மற்றவர் அவளை இகழ்ந்துரைத்தல், 2. தலைவனைக் கைக் கொள்வேன் எனச் சூளுரைத்தல், 3. தலைவன் பிரிந்த வழி வருந்திமொழிதல் ஆகிய செய்திகள் அவர்கள் இருவரின் மன நிலையை விளக்குவனவாக அமைகின்றது.

> தன் துறை ஊரன் எம் சேரி வந்தென
> இன் கடுங் கள்ளின் அஃதை களிற்றொடு
> நன் கலன் ஈயும் நாள் மகிழ் இருக்கை
> அவை புகு பொருநர் பறையின், ஆனாது
> கழறுப என்ப, அவன் பெண்டிர்; (அகம். 76 : 2–6)

என்ற பரத்தைக் கூற்று, தலைவன் பரத்தையிடம் வந்ததை அறிந்து தலைவி தன்னை இகழ்ந்துரைத்ததைக் கேள்வியுற்ற

பரத்தை, அவன் என் கூத்தைக் காண வந்ததற்கே என்னை இகழ்ந்தாளா? அவனை என்னிடம் கவர்ந்துகொண்டு அவளை கதறியழ வைக்கிறேன் எனச் சூளுரைத்து சினந்து கூறியதாக விளக்குகின்றது.

அவன் பெண்டிர் காண
தாரும் தானையும் பற்றி, ஆரியர்
பிடி பயின்று தரூஉம் பெருங் களிறு போல
தோள் கந்தாகக் கூந்தலின் பிணித்து, அவன்
மார்பு கடி கொள்ளேன் ஆயின்...
வருந்து கதில்ல யாய் ஓம்பிய நலனே! (அகம். 276 : 8–12,15)

எனும் பாடல் தலைவியின் கணவனைத் தன் கூந்தலால் கட்டி இழுக்கப் போவதாகப் பரத்தை சவால் விடுவதாக அமைகின்றது.

மகிழ் துணைச் சுற்றமொடு மட்டு மாந்தி,
எம் மனை வாராயாகி, முன் நாள்,
நும் மனைச் சேர்ந்த ஞான்றை, அம்மனைக்
குறுந்தொடி மடந்தை உவந்தனள் (அகம். 346 : 15–18)

எனும் தலைவி கூற்றுத் தலைவன் பரத்தையரிடத்துச் சென்ற வழி அப்பரத்தை கொண்ட பேரு உவகையையும் தலைவியின் வருத்ததையும் குறிப்பிடுகின்றது.

தீம் பெரும் பொய்கை யாமை இளம் பார்ப்புத்
தாய்முகம் நோக்கி வளர்ந்திசினா

இனிய நீரைக் கொண்ட பெரிய பொய்கையில் வாழும் யாமையில் இளம் பார்ப்புகள் தம் தாயின் முகம் நோக்கியிருந்து வாழ்வு பெற்றார்போல, நின் மனையாளும் நின் மார்பினை நோக்கி வாழ்கின்றாள். எனவே, நீ அதனை உணர்ந்து ஒழுகு வாயாக. அதுவே அறனாவது என அறிகுவையாக எனத் தோழி தலைவனுக்குக் கூறுவதாக இப்பாடல் அமைகிறது.

தலைவனுடைய செயலால் வருத்தமுறும் தலைவியில் நிலை இங்கு எடுத்துரைக்கப்படுகிறது. அவனுடைய பரத்தமையொழுக்கம் இடித்துரைக்கப்படவில்லை. ஏற்றுக்கொள்ளப்பட்ட ஒழுக்கமாகவே காட்டப்படுகிறது, பரத்தையிடம் மட்டும் இல்லாமல் தலைவியை யும் வந்து பார்த்து செல் எனும் நோக்கில் எடுத்தியம்புகிறது.

மேற்சுட்டப்பட்ட பாடல்கள் தலைவனை அடைய அவர்கள் இருவரிடையே தோன்றிய பூசலையும், தலைவனை மையமிட்டே அவர்களின் வாழ்க்கை அமைந்துள்ளதையும் விளக்குகின்றன.

தலைமகன் ஒருவனின் ஒழுக்க மீறலால் தலைவி, காதற்பரத்தை ஆகிய இருவரும் பாதிப்புக்கு உள்ளாகின்றனர். காமக்கிழத்திக்கும் தலைவியைப் போல் உரிமைகளும், கடமைகளும் இருக்கின்றன.

காமக்கிழத்தி தலைவனால் வரைந்து கொள்ளப்பட்டவள் என்பதனையும் அறிய முடிகின்றது. இதிலிருந்து, காமக்கிழத்தி பரத்தையரிலிருந்து வேறுபட்டவள் என்பதும், தலைவியின் குணநலன்கள் பெற்றவள் என்பதும். தலைவனின் இரண்டாம் மனைவியாக வாழ்ந்தவள் என்பதும் புலப்படுகின்றது.

எவ்வாறாயினும் பரத்தையர்களுக்குக் குழந்தைப் பேறு இருந்ததாகத் தெளிவான குறிப்புகள் ஏதும் சங்க இலக்கியங்களில் கிடைக்கப்பெறாதது கவனத்தில் கொள்ளத்தக்கது.

6. உண்டியும் பெண்டிரும்

(கன்னியாகுமரியில் நிகழ்த்தப்பெற்ற பன்னாட்டுக் கருத்தரங்கில் வழங்கப்பெற்ற கட்டுரை, 2017)

உடல் சார்ந்த தூண்டுதல் (வேட்கை) பசி. இது அனைத்து உயிரினங்களுக்கும் பொதுவானது. பசியின் தேவை உணவு. எனவே, பசியின் தேவையை நிறைவு செய்வதற்காக அனைத்து உயிரினங்களும் தனது ஆற்றலினை செலவிட வேண்டியதாகின்றது.

பண்டைத் தமிழர்களின் உணவு முறையானது நீண்ட நெடிய வரலாற்றினைக் கொண்டது. சங்க இலக்கியப் பதிவுகளின் வழி இதனை இனங்காண முடியும். பண்டைத் தமிழர்கள் உணவைப் பல பெயரிட்டு அழைத்து வந்தனர். உணா. வல்சி, உண்டி, ஓதனம், அசனம், பதம், இரை, ஆகாரம், உறை, ஊட்டம் எனப் பத்தும் உணவின் பிற பெயர்களாகும் என்கிறது பிங்கலந்தை. சங்க காலத்தில் வீடுகளில் தேறல் அமைத்து வருவோருக்கு மொந்தையிலிட்டு உபசரிக்கத் தனியொருவர் நியமிக்கப்பட்டிருந்தனர் எனும் செய்தி உணவு பசியாறுவதற்கு மட்டுமல்லாமல் சமூகக் காரணியாக இருந்ததையும் காணலாம்.

ஆதிச் சமூகம் வேட்டைத் தொழிலிலிருந்து வேளாண் சமூகமாக மாறுவதற்குப் பெண்கள் கண்டறிந்து செயல்படுத்திய விவசாயம் முக்கியக் காரணியாக அமைந்தது எனில் மிகையில்லை. ஆதிச் சமூகப் பெண்ணிடமிருந்து உணவு உற்பத்தியை கையகப்படுத்திய ஆண் சமூகம், உணவுடன் தொடர்புடைய 'சமைத்தல்' எனும் குறுகிய

வெளிக்குள் பெண் சமூகத்தை அடைத்தது எனலாம். 'சமைத்தலும் பரிமாறலும்' மட்டுமே இன்றைய பெண்களின் ஒட்டுமொத்தச் சமூகக் கடமையாக உருமாறியுள்ளது. சங்க இலக்கியங்கள் உணவையும் பெண்களையும் எவ்வாறு காட்சிப்படுத்தியுள்ளன என்பதனை இக்கட்டுரையில் காணலாம்.

பெண்களுக்கான உணவு பற்றிய குறிப்புகள் சங்க இலக்கியத்தில் மிகக் குறைவாகவே உள்ளன அல்லது குறிப்புகள் இல்லவே இல்லை என்றும் குறிப்பிடலாம். தலைவனுக்கு வேண்டிய உணவினை தானே சமைத்து தலைவி பரிமாறினாள் எனும் குறிப்புகள் விரவிக் கிடக்கின்றன. தலைவி சமைத்த உணவினைத் தலைவன் உண்டு மகிழ்ந்தான் எனும் குறிப்புகளும் இருக்கின்றன.

முளிதயிர் பிசைந்த காந்தள் மெல்விரல்
கழுவுறு கலிங்கம் கழாஅது உடீஇ
குறளை உண்கண் குய்ப்புகை கழுமத் (குறுந். 167)

தலைவி இல்லறம் நிகழ்த்தும் சிறப்பினை, நேரில் கண்டறிந்து வந்த செவிலித்தாய், நற்றாய்க்கு உரைப்பதாக இப்பாடல் அமைந்துள்ளது. தலைவியின் அடிசில் ஆக்கும் திறமும், தலைவனின் அன்போடு இயைந்த பாராட்டு மொழிகளும் இப்பாடலில் காட்டப்படுகிறதேயன்றி இரசித்து உண்ணும் தலைவி சங்க இலக்கியப் பதிவுகளில் இல்லை என்று கூறலாம். ஆணுக்கு இருக்கும் கட்டுப்பாடற்ற உணவு சுதந்திரம் பெண்களுக்கு இல்லை என்பதனை சங்க இலக்கியம் நமக்கு வெளிப்படுத்துகின்றது.

உணவு இல்லாத வறுமை நிலையில் தலைவி தன் குழந்தைகள் உணவு இல்லாமல் வருந்துகின்றனரே என்று துன்பப்படுவதாகவே சங்க இலக்கியங்கள் காட்டுகின்றன.

ஆடுநனி மறந்த கோடு உயர் அடுப்பின்
ஆம்பி பூப்ப, தேம்பு பசி உழவா
பாஅல் இன்மையின் தோலொடு திரங்கி
இல்லி தூர்ந்த பொல்லா வறுமுலை
சுவைத் தொறு அழூஉம் தன் மகத்து முகம் நோக்கி
நீரொடு நிறைந்த ஈர் இதழ் மழைக்கண் என்
மனையோள் எவ்வம் நோக்கி (புறம். 164:1–7)

உணவு சமைத்தலை மிகவும் மறந்த உயர்ந்து ஓங்கிய அடுப்பில் காளான் பூத்துள்ளது; உடல் மெலியும் பசியால் வருந்திப் பாலின்மையால் தோலாந் தன்மையுடனே திரங்கித் துளை தூர்ந்த பொல்லாத வறிய முலையை சுவைக்குந் தோறும் பால் காணாமல் குழந்தை அழுகின்றது; அக்குழந்தையின் முகத்தைப் பார்த்து நீர் நிரம்பிய கண்ணோடு என் மனைவி

வருந்துவாள்; என வறுமையையும் அதனால் ஏற்படும் தலைவியின் வருத்ததையும் பல பாடல்களில் சங்க இலக்கியம் விவரிக்கின்றது.

வாழ்க்கையின் அடிப்படைத் தேவைகளில் முதன்மையானது உணவு.

அறம் எனப்படுவது யாது எனக் கேட்பின்
மறவாது இது கேள் மண் உயிர்க்கு எல்லாம்
உண்டியும் உடையும் உறையுளும்
அல்லது கண்டது இல் (மணிமேகலை, 25:288–291)

என்று வாழ்வின் அடிப்படைத் தத்துவத்தை மணிமேகலை விளக்குகின்றது. அதே போல்

உண்டி கொடுத்தோர் உயிர் கொடுத்தோரே (மணிமேகலை, 96)

எனும் வரி உயிருக்கு நிகராக உணவைக் குறிப்பிடுகின்றது. இக் காரணங்களால் பெண் உணவில்லாமல் வருந்தும் தன் மகனை நினைத்து வருத்தமடைவதாக எடுத்துக் கொள்ளலாமா? அல்லது அத்தகைய அறத்தை பின்பற்ற தவறி விட்டோம் என அவளை தன்னிலை வருத்தத்திற்கு இச்சமூகம் உட்படுத்துகிறது என்று கொள்ளலாமா?

விருந்து–விருந்தோம்பல் என்ற பண்பாட்டுத் தொடர்வினைகள் சங்க இலக்கியங்களில் அடையாளப்படுத்தப்பட்டுள்ளன. தலைவனும் தலைவியும் ஆற்ற வேண்டிய அறமாக 'விருந்தோம்பல்' சங்க இலக்கியங்களில் சுட்டப்பட்டுள்ளது.

காமம் சான்ற கடைக்கோள் காலை
ஏமம் சான்ற மக்களொடு துவன்றி
அறம்புரி சுற்றமொடு கிழவனும் கிழத்தியும்
சிறந்தது பயிற்றல் சிறந்ததன் பயனே (தொல். கற்பு. 51)

எனத் தொல்காப்பியமும் விருந்தோம்பலின் பயனை எடுத்தியம்புகின்றது.

இருந்தோம்பி இல்வாழ்வ தெல்லாம் விருந்தோம்பி
வேளாண்மை செய்தற் பொருட்டு (குறள்.81)

விருந்தினரை வரவேற்று உணவிடுதலே இல்லறத்தான் கடமை என்று திருவள்ளுவரும் தெளிவுறுத்துகின்றார்.

விருந்தோம்பல் பொதுவாக இல்லற்றத்தில் இருப்பவர்களின் கடமையாகக் கூறினாலும் மறைமுகமாகப் பெண்ணிற்கு அது வலியுறுத்தப்படுவது சங்க இலக்கியங்களின் வழி தெளிவுப்படுகிறது.

விருந்தினரை இன்முகத்துடன் வரவேற்ற மகளிரை 'முல்லை சான்ற கற்பினள்' என்று குறிப்பிடுகின்றது.

அல்லி லாயினும் விருந்துவரின் உவக்கும்
முல்லை சான்ற கற்பின்
மெல்லியல் குறுமகள் (நற்றிணை, 142:9–11)

சங்க கால மகளிர் நள்ளிரவில் விருந்தினர் வந்தாலும் முகம் திரிந்து நோக்காது அவர்களை எதிர் கொண்டு வரவேற்று உணவளித்தலைமையைக் கற்புடைமைக்குப் பொருத்திக் காட்டுகிறது நற்றிணை. இதிலிருந்து பெண்ணிற்கு விருந்தோம்பல் பண்பு வேறுபட்டு காட்டப்படுவதை அறியலாம்.

தலைவன் தான் செய்த தவற்றினை மறைப்பதற்கான காரணியாக விருந்தோம்பலை பயன்படுத்திக் கொண்டதையும் சங்க இலக்கியம் வழி அறிய முடிகின்றது. தலைவன் தலைவியின் ஊடல் தீர்க்கும் வாயிலாக விருந்தினர் அமைந்துள்ளனர் என்பது சங்க இலக்கியப் பாடல்களில் விரவிக் கிடக்கின்றன. மருதநிலத் தலைவியின் ஊடல் தீர்க்கும் வாயிலாக விருந்தினர் வருகை நிகழ்ந்ததைப் பின்வரும் நற்றிணைப் பாடல் வழி அறியலாம்.

தடமருப்பு எருமை மடநடைக் குழவி
... ...
புகை உண்டு அமர்த்த கண்ணள் தகைபெறப்
பிறைநுதல் பொறித்த சிறுநுண் பல் வியர்
அம் துகில் தலையில் துடையினள் நப் புலந்து
அட்டிலோளே அம் மா அரிவை
எமக்கே வருகதில் விருந்தே சிவப்பு ஆன்று
சிறு முள் எயிறு தோன்ற
முறுவல் கொண்ட முகம் காண்கம்மே (நற்றிணை, 120)

உணவு தயாரிக்கும் தலைவியின் கண்கள் புகையுண்டு சோர்வோடு விளங்கின. அழகுடைய நெற்றியில் வியர்வைத்துளிகள் அரும்பின. அவ்வியர்வையை அழகிய புடவையின் தலைப்பிலே துடைக்கின்றாள். இவ்வாறு ஈடுபட்டுச் சமையலறையில் சமைக்கின்ற என் தலைவி, ஊடல் கொண்டன்றோ விளங்குகின்றாள். இப்போது விருந்தாக வருபவர் வருக! அங்ஙனம் வருவீராயின் அழகும் மாமை நிறமும் கொண்ட அரிவை சினம் தணிவள். அதனால் முள் போன்ற எயிறு தோன்றப் புன்னகை செய்யும் முகத்தை நான் காண முடியும் என தலைவன் கூறுவதாக இந்நற்றிணைப் பாடல் அமைகின்றது. பரத்தமை கொண்ட தலைவன் தனது ஊடல் தீர்க்கும் வாயிலாக விருந்தினர் வருகையை வேண்டுவது இப்பாடலின் வழி புலப்படும்.

தலைவன் மேல் ஊடல் இருந்தாலும் விருந்தினர்களை உபசரிக்கத் தயங்கமாட்டாள் தலைவி என்பதே அக இலக்கியம் காட்டும் உண்மையாகும்.

... குன்றூர் அன்ன என்
நல்மனை நனிவிருந்து அயரும்
கை தூவின்மையின் எய்தாமாறே (நற்றிணை. 280)

வயலின் கண் உள்ள யாமையின் பசுமைமிக்க இலை போன்ற முதுகில் வயலைக் காவல் புரியும் உழவர் வளைந்த நத்தையை உடைத்துத் தின்னுகின்ற பழமை மிக்க குன்றூர் போன்ற எனது நல்ல இல்லத்தின் கண் வருகின்ற விருந்தினரை ஓம்புவதில் கையொழியாமையினால் தலைவனை நான் எதிப்படவில்லை. அதனால் நான் அவனோடு ஊடினேன் இல்லை. இல்லாவிடின் எனக்கு மிகும் ஊடலில் நான் அவனை இங்கு வரவிடேன் என்று நற்றிணை தலைவி கூறுவது அவளது மன உணர்வினை எடுத்தியம்புகிறது. தலைவன் மீது தனக்கு இருக்கும் கோபத்திற்கு அவன் விருந்தினரோடு வராமல் இருந்திருந்தால் நான் அவனை என் வீட்டினுள்ளேயே சேர்த்திருக்க மாட்டேன் என்கிறாள் தலைவி.

தலைவனின் பரத்தமை ஒழுக்கம் கண்டு வாடிய தலைவி விருந்தின் வழி ஊடல் தீர முயலும் தலைவனிடம் ஊடல் நீங்காது இருக்கக் காரணம் அவள் கவனம் முழுவதும் விருந்தினர் பக்கம் இருப்பதாலேயே என்று நற்றிணை பதிவு செய்கிறது. தலைவன் தலைவியை விட்டு பரத்தைமையை நாடிச் செல்வது ஒரு வழக்கமாகவே சங்க இலக்கியங்கள் எடுத்துக்காட்டுகின்றன. இத்தவற்றினை மறைக்கும் பொருட்டு தலைவன் விருந்தினரோடு இல்லத்திற்கு வருவதும் தலைவியின் கோபத்தை/ஊடலைத் தணிப்பதும் பல பாடல்களில் சங்க இலக்கியங்களில் காணக் கிடைக்கின்றன எனலாம். விருந்தினரை உபசரிப்பது இல்லறத்தின் கடமையாக இலக்கியங்களின் வழி காட்டப்பட்டாலும் பெண்ணிற்குத் தனி அறமாக நிலைநாட்டப்படுவது மறுக்க இயலாத உண்மை. தன் உணர்வை மறைத்து கொண்டு பெண் விருந்தினரை உபசரிக்க வேண்டும் என்பது கட்டாயமாக்கப்பட்ட விதியாக இலக்கியங்கள் முன்னிறுத்துகின்றன.

அதே போல் தான் சமைக்கும் உணவினை விருந்தினர் மற்றும் குடும்பத்தினர் அனைவருக்கும் பரிமாறிவிட்டு மிச்சம் இருக்கும் உணவினை உண்டு வாழும் இல்லற அறத்தினை இலக்கியங்கள் காட்டுகின்றன. இங்கும் தலைவி உணவு உண்டதாகக் குறிப்பில்லை என்பது கண்டறியும் உண்மை.

சாறு அயர்ந்தன்ன மிடா அச்சொன்றி
வருநர்க்கு வரையா வளநகர் பொற்ப
மலரத் திறந்த வாயில் பலர் உண
பைந்நிணம் ஒழுகிய நெய்ம்மலி அடிசில்
வசைஇல் வான்திணைப் புரையோர் கடும்பொடு

விருந்து உண்டு எஞ்சிய மிச்சில் பெருந்தகை
நின்னோடு உண்டலும் புரைவது என்று ஆங்கு
அறம் புணைஆகத் தேற்றி பிறங்கு மலை

(குறிஞ்சி. 201–205)

பலரும் உண்ணும்படி அகன்று, கதவு திறந்து கிடக்கும் வாயிலையுடைய வளம் பொருந்திய இல்லத்தில், மிடாச் சோற்றினை வருவோர்க்கு எல்லாம் வரையாமல் இடுகின்ற விழாக் கொண்டாடினாற் போல, செல்வத்தையுடைய தன் இல்லம் பொலிவு பெறும்படி, பசிய நினம் ஒழுகிய நெய் மிக்க அடிசிலை, நீ இடுகையால், குற்றமில்லாத உயர்ந்த குலத்தில் பிறந்த உயர்ந்தோர் தம்முடைய சுற்றத்தார்களுடன் விருந்து உண்டு, எஞ்சிய உணவினைப் பெருந் தகுதிப்பாடு உடைய தலைவன், 'நீ இடுவதால் யான் உண்ணுதலும் உயர்ந்தது' என்று சொல்லித் தலைவியிடம், அப்பொழுது இல்லறம் தங்களைக் கரை ஏற்றுவதாகக் கூறித் தெளிவித்தான். விருந்தினருக்கு பரிமாறிய பின் இருக்கும் மிச்ச உணவினை தலைவி இடுவதால் தலைவன் உண்கிறான் எனக் காட்டுகின்றது குறிஞ்சிப்பாட்டு. மிதமிருக்கும் உணவினையும் தலைவன் உண்டுவிட்டால் தலைவி உண்பதற்கு உணவு ஏது? எனும் கேள்வி எழுகிறது. அப்படியே தலைவன் உண்டும் மீதம் உணவிருந்தாலும் தலைவனுக்கும் தந்த பிறகே தலைவி உண்ண வேண்டும் எனும் சமூக அறம் சுட்டப்படுவதைத் தெளியலாம்.

உணவு குறித்து பல பாடல்கள் சங்க இலக்கியங்கள் காட்டினாலும் பெண்களின் உணவு குறித்தோ பெண்கள் உணவு உண்டதை குறித்த செய்திகளோ இல்லை என்பது தெளிவு. உணவைப் பற்றிப் பேசும் ஔவையின் பாடல்கள், மன்னனின் வள்ளல் தன்மையைச் சிறப்பிக்கின்றனவே, தவிரப் பெண்களுக்கான உணவைப் பற்றியவை அல்ல என்பது இங்கு குறிப்பிடத்தக்கது. சங்க இலக்கிய ஔவை மன்னனின் வள்ளல் தன்மையைப் புகழ்ந்தாள், நீதி நெறி ஔவை பெண்களுக்கு எதிரான கருத்தினை முன்வைக்கிறாள் என்று கூறலாம்.

'உண்டிச் சுருங்குதல் பெண்டிர்க்கு அழகு'

எனும் ஔவையின் கொன்றை வேந்தன் குறிப்பிடுவது பெண்களுக்கு எதிரான குரல் அல்லாமல் வேறு என்ன?

பெண்களுக்கான உணவினைப் பற்றி சங்க இலக்கியம் குறிப்பிடவில்லை, ஆனால் கைம்பெண்களுக்கான உணவினைக் குறிப்பிடுவதில் தவறவும் இல்லை என்பது தான் இலக்கியம் நமக்கு காட்டும் உண்மை. பூதப்பாண்டியன் தேவி பெருங்கோப்பெண்டு பாடிய புறப்பாடல், சமூகம் கைம்பெண்களுக்கு நிர்பந்தித்த

உணவு மற்றும் சமூகக் கட்டுப்பாடுகளைக் கேள்விகுட்படுத்துகிறது எனலாம்.

அணில்வரிக் கொடுங்காய் வாள் போழ்ந்திட்ட
காழ்போல் நல்விளர் நறுநெய் தீண்டாது
அடைஇடைக் கிடந்த கைபிழி பிண்டம்
வெள்ளெள் சாந்தொடு புளிபெய்து அட்ட
வேளை வெந்த வல்சி ஆக.. (புறம். 246)

'பல்சான்றீரே' எனத் தொடங்கும் இப்பாடலிலிருந்து சங்க காலக் கைம்பெண்களுக்குரிய உணவு முறையை அறிமுடிகின்றது. 'நெய்' இம்மகளிர்க்கு விலக்கப்பட்ட உணவாக இருந்துள்ளது. 'நீர்ச்சோறும் வெள்ளை எள் துவையலும் புளி சேர்த்து வேகவைத்த வேளைக் கீரையும்' கைம்மை மகளிர்க்குரிய உணவாக இருந்துள்ளதும் தெரிகிறது. சங்கக்காலச் சமூகத்தின் கைம்பெண்களின் 'உணவு' குறித்த செய்தியை இப்புறப்பாடல் பதிவு செய்கிறது.

சங்க இலக்கியப் பதிவுகள் பெண்களை உணவிலிருந்து தள்ளியே நிறுத்துகின்றன. பெண் உணவு சமைத்தற்கும் சமைத்த உணவினை தலைவன் மற்றும் விருந்தினருக்கு பரிமாறுவதற்குமான காரணியாக மட்டுமே திகழ்கிறாள். ஆனால் அதே சமயத்தில் கைம்பெண்களுக்கான உணவினை வரையறுக்க மட்டும் இலக்கியம் தவறவில்லை என்பது இங்கு ஆழமாக உணர வேண்டியதாகிறது. சங்க காலம் மட்டுமல்ல எக்காலத்திலும் உண்டிச் சுருக்குவது பெண்களுக்கு அழகே என்பது சமூகம் பெண்களுக்கு உணர்த்தி வருகின்ற பாடம்.

கலை

7. சங்க கால ஆடல்மகளிர்

(செம்மொழித் தமிழாய்வு மத்திய நிறுவனத்தில் நிகழ்த்தப்பெற்ற தேசியக் கருத்தரங்கில் வாசிக்கப்பெற்ற கட்டுரை, 2012)

ஆடற் கலையைத் தொழிலாகக் கொண்டவர் களைச் சங்க இலக்கியம் விறலியர், கூத்தியர் என்று குறிப்பதைக் காணலாம். அவர்கள் ஊர் ஊராகச் சென்று ஆடியும் பாடியும் வந்தனர். சங்க இலக்கியங்களில் சிறுகுடிப் பெண்களாகவும் கலைஞர்களாகவும் அடையாளப்படுத்தப்படும் விறலியரைப் பற்றி இக்கட்டுரை ஆய்கிறது.

ஆடல் பாடலில் வல்லவளாக விறலி சங்க இலக்கியங்களில் காட்டப்படுகின்றாள். உள்ளக் குறிப்பினைத் தம் உடம்பில் தோன்றும் மெய்ப்பாடு களால் புலப்படுத்தும் முறை நாடகத்தின் பாற்பட்டதாகும். இதனை 'விறல்' என்ற சொல்லால் குறிப்பிடுவர். 'விறல் பட ஆடுபவள் விறலி' என வழங்கப்பெற்றாள். விறல் என்பது சத்துவம் எனப் படும். அதுவே மெய்ப்பாடாகும். ஒன்பது சுவையும் மெய்யின் கண் புலப்பட ஆடுவதே கூத்தின் சிறப்பு. அவை வருமாறு : நகை, அழுகை, இளிவரல், மருட்கை, அச்சம், பெருமிதம், வெகுளி, உவகை, நடுவுநிலை.

இத்தகைய மெய்ப்படுகளை வெளிப்படுத்தும் விறலி குறித்த பொதுப்படையான பதிவுகள் சங்க இலக்கியங்களில் காட்சிப்படுத்தப்படுகின்றன.

இனக்குழுச் சமூகத்தில் கலையைத் தொழிலாகக் கொண்ட வர்கள் தனிப் பிரிவாகச் சுட்டப்பட்டனர். புறநானுற்றிலே,

பாணன் பறையன் துடியன் கடம்பனென்று
இந்நான் கல்லது குடியு மில்லை (புறம். 335:7–8)

என வருவதனால் இதனை அறியலாம். இவர்கள் குடியிருந்த சேரி பாண்சேரி எனப்பட்டது. இவர்கள் கூட்டங் கூட்டமாக மன்னர்களை நாடிச் சென்று பாடியும் ஆடியும் பரிசில் பெற்று வாழ்க்கை நடத்தினர்.

பாணன் குழுவில் பெண் உறுப்பினளாக விறலி சங்க இலக்கியங்களில் காட்டப்படுகின்றாள்.

சில்வளை விறலியும் யானும் வல்விரைந்து (புறம். 60:5)

அடி வருந்த நெடிது ஏறிய
கொடி மருங்கல் விறலியருமே (புறம். 139:3–4)

மேற்சுட்டப்பட்ட பாடல்களிலிருந்து பாணனும் விறலியும் ஒரு குழுவில் இணைந்து ஆடியும் பாடியும் அரசரையும் மக்களையும் மகிழ்வித்ததை உணரலாம்.

கொடுவரி வழங்கும் கோடுயர் நெடுவரை
அருவிடர்ச் சிறுநெறி ஏறலின் வருந்தித்
தடவரல் கொண்ட தகைமெல் ஒதுக்கின்
வளைக்கை விறலி என் பின்னள் ஆகப் (புறம். 135:1–4)

வளையல் அணிந்த கையையுடைய விறலி என் பின்னே வருபவள் ஆயினள் என்று மேலும் ஒரு புறநானூற்றுப் பாடல் பாணன் குழுவில் விறலி இடம் பெற்றிருப்பதை விவரிக் கின்றது. 'பெரும்பாலான பாணர் குழுக்களிடையே விறலி காணப் படுகின்றாள். ஆயின் ஓரோவிடங்களில் அவள் பாடினியாகக் குறிப்பிடப்பட்டாலும் பெரும்பாலும் அவள் ஆடல் மகளாகவே தெரியப்படுகிறாள்' என்று பண்டைய தமிழ்ச் சமூகத்தில் நாடகம் என்ற நூலில் க.சிவத்தம்பி குறிப்பிடுவது இங்கு நோக்கத்தக்கது. (சிவத்தம்பி, க., பண்டைய தமிழ்ச் சமூகத்தில் நாடகம், ப.201)

விறலியர் குறித்த குறிப்புகள் சங்க இலக்கியங்களான பத்துப்பாட்டு, எட்டுத்தொகையில் விரவிக் கிடக்கின்றன. விறலியரைப் பற்றிய புரிந்துணர்வை புலப்படுத்த புறப்பாடல்களிலும் அகப்பாடல்களிலும் எவ்வாறு கட்டமைக்கப்பட்டுள்ளனர் என்பதனை பகுத்து ஆய்வது இன்றியமையாததாகிறது.

புறப்பாடல்களில் விறலியர்

புறத்திணை மரபில் பாடாண் திணையின் துறைகளுள் ஒன்று விறலியாற்றுப்படை. புறநானூற்றில் 64, 103, 105, 133 ஆகிய நான்கு பாடல்களும், பதிற்றுப்பத்தில் 40, 49, 57, 78 ஆகிய

நான்கு பாடல்களும் விறலியாற்றுப்படை எனும் துறை சார்ந்த பாடல்கள் ஆகும்.

பரிசில் பெற்ற விறலி பரிசில் பெறாதவரை மன்னனிடம் ஆற்றுப்படுத்துதல் விறலியாற்றுப்படை.

கூத்தரும் பாணரும் பொருநரும் விறலியும்
ஆற்றிடைக் காட்சி உறழத் தோன்றிப்
பெற்ற பெருவளம் பெறாஅர்க்கு அறிவுறீஇச்
சென்றுபயன் எதிரச் சொன்ன பக்கமும் (தொல். புறத். 88)

என்று தொல்காப்பியம் குறிப்பிடுவதால், அரசர்கள், வள்ளல்கள் ஆகியோரிடத்தில் பொருள் பெற்றோர் பொருள் பெறாதார்க்கு வழிகாட்டி நெறிப்படுத்துவர் என்பதை அறியலாம்.

சேயிழை பெறுகுவை – வாள்நுதல் விறலி!
....
பாரி வேள் பால் பாடினை செலினே. (புறம். 105: 1,8)

ஒளி பொருந்திய நெற்றியினையுடைய விறலியே வேள் பாரியைப் நீ பாடிச் சென்றால் அணிகலன்கள் பலவற்றைப் பரிசிலாகப் பெறுவாய் என்று விறலி ஆற்றுப்படுத்தப்படுகிறாள்.

செல்லா யோதில், சில்வளை விறலி!
மலர்ந்த வேங்கையின் வயங்கு இழை அணிந்து
மெல் இயல் மகளிர் எழில் நலம் சிறப்ப (பதிற். 4:40:21–23)

சில் வளையல்கள் அணிந்த விறலியே! நீ அச்சேரனிடம் சென்றால் நின் கூட்டத்திலுள்ள மெல்லிய இயல்புடைய மகளிர் பூத்து குலுங்குகின்ற வேங்கை மரத்தைப் போன்று சிறந்த அணிகலன்களை அணிந்து மகிழ்வர் என்று பதிற்றுப்பத்தில் விறலியாற்றுப்படுத்துவது விளக்கப்படுகின்றது.

அரசர்களும் மன்னர்களும் விறலியருக்குத் தந்திருந்த மதிப்பினை புறநானூற்றின் இரண்டு பாடல்கள் எடுத்தியம்புகின்றன.

சுகிர் புரி நம்பின் சீறியாழ் பண்ணி
விரை ஒலி கூந்தல் நும் விறலியர் பின்வர
ஆடினிர் பாடினிர் செலினே
நாடும் குன்றும் ஒருங்கு ஈயும்மே (புறம். 109:15–18)

பாரியின் பறம்பை அடைய நினைக்கும் பகை மன்னர்க்குக் கபிலர், அவனை போரிட்டு வெற்றி கொள்ள இயலாது, மணம் பொருந்திய கூந்தலினையுடைய நும் விறலியர் பின்வர ஆடி பாடி சென்றால் அவன் மலையை உமக்குப் பரிசாகத் தருவான் என்கிறார். மேலும் ஒரு பாடலிலும் கபிலர் இதனை வலியுறுத்துவதை அறியமுடிகின்றது.

கிணை மகட்கு எளிதால் பாடினள் வரினே. (புறம். 111:4)

பாரியின் மலையினைப் பெறுவது விறலிக்கு எளிதாக இருக்கும் என்று கூறுவதன் வாயிலாகக் கலை வல்லார்க்கு அக்காலத்தில் வழங்கிய சிறப்பு வெளிப்படும்.

அரசர்கள் வள்ளல்களை நம்பியே இவர்களது வாழ்க்கை இருப்பதால் அவர்கள் இறந்த பின் இவர்களின் வாழ்க்கைக் கேள்விக் குறியாகும் அவல நிலையையும் புறப்பாடல் எடுத்தியம்புகின்றது.

துடிய பாண பாடுவல் விறலி
என் ஆகுவீர் கொல் அளியிர் நுமக்கும்
இவண் உறை வாழ்க்கையோ அரிதே யானும் (புறம். 280:8–10)

துடி கொட்டுபவனே, பாணனே, பாடல் வல்ல விறலியே, இனி நீங்கள் என்ன ஆவீர்களோ! நீங்கள் இரங்கத் தக்கவர்களே என்று மாறோக்கத்து நப்பசலையார் மறைந்த தலைவனால் பாணனும் விறலியும் பரிசில் இல்லாமல் வருந்தும் நிலைக்கு ஆளாவர் என்று கூறுகின்றார்.

விறலி தனித்து இயங்கக் கூடியவள் அல்லள்; அவளின் சுற்றத்தினைப் பற்றியும் புறப்படால்கள் குறிப்பிடுகின்றன.

கொடுவரி வழங்கும் கோடு உயர் நெடுவரை
அருவிடர்ச் சிறு நெறி ஏறலின் வருந்தி
தட வரல் கொண்ட நகை மெல் ஒதுக்கின்
வளைக் கை விறலி என் பின்னள் ஆக (புறம்.135:1–4)

புலி வரும் சிகரத்தின் சிறிய வழியில் ஏறி வருவதால் வருத்தமுற்று உடல் வளைந்து மெல்ல நடக்கின்ற நடையினை யுடைய வளையணிந்த விறலியர் என் பின்னே வர என்று பாணன் குறிப்பிடுவதாக வரும் இப்பாடலில் விறலி பாணனின் சுற்றத்தினள் என்பதனை உணரலாம்.

மேலும் வன் பரணரின் ஒரு பாடல் விறலியின் சுற்றத்தினை எடுத்தியம்புவதாக அமைகின்றது.

பாடுவல் விறலி ஓர் வண்ணம் நீரும்
மண் முழா அமைமின் பண் யாழ் நிறுமின்
கண் விடு தூம்பின் களிற்று உயிர் தொடுமின்
எல்லரி தொடுமின் ஆகுளி தொடுமின்
பதலை ஒரு கண் பையென இயக்குமின்
மதலை மாக் கோல் கைவலம் தமின் என்று (புறம்.152: 13–18)

வன் பரணர், விறலியைப் பாடச் சொல்லியும் தம்முடன் வந்த பாண் சுற்றத்தினை முழா, யாழ், பெருவங்கியம், சல்லி, சிறுபறை, பதலை போன்ற இசைக் கருவிகளைக் கொண்டு

ஓரியின் புகழைப் பாடச் சொல்வதன் வாயிலாக விறலியின் சுற்றத்தினை கூறுகின்றார்.

பாணனும் விறலியும் அக்கால அரசவையில் முக்கியப் பங்கினை வகித்தனர். மன்னரின் அரண்மனைகளில் விறலியர் இருந்தனர் என்பதனை பொருநராற்றுப் படையின் வாயிலாக உணர முடிகின்றது.

மண்ணமை முழவின் பண்ணமை சீறியாழ்
ஒண்ணுதல் விறலியர் பாணி தூங்க (பொருந. 109–110)

கரிகாலன் புலவர்க்களித்த விருந்தின் போது பண்குறைவற்ற சிறிய யாழையுடைய ஒள்ளிய நுதலினையுடைய விறலி முழவினது தாளத்திற்கேற்ப பாடி ஆடினர் என்பதிலிருந்து அரசவையில் விறலியர் கலைஞர்களாகத் திகழ்ந்தமை புலப்படுகின்றது.

அகப்பாடல்களில் விறலியர்

அரசவையில் தன் இசைத்திறனையும் நடனத் திறனையும் வெளிப்படுத்திய விறலியர் தலைவர் தலைவியின் அக வாழ்க்கையில் பங்கெடுப்பதாக அகப்பாடல்கள் சுட்டுகின்றன.

ஆடல் பாடலில் வல்லவளாகக் காட்டப்படும் விறலி, அகப்பாடல்களில் தலைவிக்கும் தலைவனுக்குமிடையே தூது சென்று, அவர்கள் பிணைக்கைத் தீர்த்து வைப்பவளாகவும் இருந்திருக்கின்றாள். அகப்பாடலின் துறை குறிப்புகள் விறலியர் வாயில்களாகச் செயல்பட்டதிறம் குறித்து எடுத்துரைக்கின்றது. சில பாடல்களில் நேரடி சொல்லாடல்களின் வழி விறலியர் சுட்டப்படாமல் விழவு மகளிர் (நற். 110), மடங்கெழு பெண்டே (நற். 310) ஒண்டொடி மகளிர் (அகம். 186) ஆகிய சொற்களின் வழியும் விறலியர் அடையாளங்காணப்பட்டுள்ளனர்.

பரத்தையின் கூற்றாக அமையும் பரணரின் (100) ஆவது பாடலும், குறிஞ்சித் திணையில் அமைந்த 176 ஆவது பாடலும் பரத்தை தலைவியின் பாங்காயினர் கேட்ப விறலியிடம் கூறுவதாக விளக்கப்பட்டிருப்பதலிருந்து விறலி பரத்தையின் தோழியாகக் காட்டப்படுவதை உணரலாம்.

மேலும் தலைவனின் தோழியாகவும் காட்டப்படுகின்றாள்.

சோ்ந்து செறிகுறங்கின்
பிணையல் அம்தழைத் தைஇத் துணையிலள்
விழவுக் களம் பொலிய வந்து நின்றனளே
எழுமினோ எழுமின் எம்கொழுநற் காக்கம்
இவள் நன்மை தலைப்படினே (நற். 170)

தம் கொழுநனைக் கவர்ந்து செல்வாளோ என்று குலமகளிர் அஞ்சும் நிலைக்கு விறலியர் தாழ்ந்தனர்.

நற்றிணையில் இடம்பெற்றுள்ள பரணரின் (310) பாடலில் விறலி அறிவில்லாதவளாகப் பற்பல சொற்களால் தோழியால் தாக்கப்படுபவளாகக் காட்டப்படுகின்றாள். மேலும் ஒரு பாடலில்,

எண் பிழி நெய்யொடு வெண்கிழி வேண்டாது
சாந்து தலைக் கொண்ட ஓங்கு பெருஞ்சாரல்
விலங்கு மலை அடுக்கத்தானும்
கலம் பெறு விறலி ஆடும் இவ் ஊரே!

எண்ணெயும் துணியும் வேண்டாது நல்ல அணிகலன்களை பெற்ற விறலி இங்கு வந்து கூத்தாடுவாள் என்று நற்றிணை விளக்குகின்றது.

அகநானூற்றில் இடம் பெற்றுள்ள இரண்டு பாடல்களிலும் விறலி உவமைப் பொருளிலே பயன்படுத்தப்பட்டிருக்கின்றாள்.

ஆடுமயில் முன்ன தாகக் கோடியர்
விழவுகொள் முதூர் விறலி பின்றை
முழவன் போல அகப்படத் தழீஇ   (அகம்.352: 4–6)

ஆடுகின்ற மயிலின் பின்னே கடுவன் பலாப்பழத்தை தழுவி நிற்பது, ஆடுகின்ற விறலியின் பின்பு முழவினைக் கட்டிக் கொண்டு நிற்கும் கோடியருக்கு உவமையாகக் கூறப்படுகின்றது.

கழைவளர் அடுக்கத் தியலியா டும்மயில்
நனவுப் புகு விறலியில் தோன்றும் நாடன்   (அகம். 82:9-10)

களத்திற் புகுந்தாடும் விறலிக்கு ஆடும் மயில்கள் உவமிக்கப் படுகின்றது.

பத்துப்பாட்டில் அக நூல்களில் விறலியரைப் பற்றிய குறிப்புகள் இடம் பெறவில்லை.

கா.சிவத்தம்பி விறலியர் பரத்தையராக மாறினர் என்பதற்கான பதிவுகள் சங்க இலக்கியத்தில் உள்ளன என்பார். பதிற்றுப்பத்து 44ஆவது பாடலில் 'உனது உடலை நோயோ, சாவோ அணுகாது விறலியே அணைந்திருப்பாள்' என்று விளக்கப்படுகிறது. மன்னர்கள் விறலியருடன் திளைத்திருந்தமை இதிலிருந்து தெரிய வருகிறது (2005:227–228) என்று எடுத்துரைக்கிறார். சிறுபாணாற்றுப்படை (30, 31) விறலியர் கற்புநிலை தவறாது ஆடியும் பாடியும் பரிசில் பெற்றனர் என்பதைப் பதிவு செய்கிறது. விறலியர் குறித்த தவறான புரிதல்களுக்குச் சிறுபாணாற்றுப்படை விடை நல்குகிறது எனலாம். தலைவன் தலைவிக்கிடையே வாயில்களாகச் செயல்பட்டதால் விறலி இழி நிலைக்குத்

தள்ளப்பட்டிருக்கலாம். காலச் சூழலுக்கேற்ப தன் நிலையிலிருந்து விறலி மாறுபட்டிருப்பதை அகப்பாடல்கள் புலப்படுத்துகின்றன.

விறலியின் வருணனை

சங்க இலக்கியத்தில் விறலியின் அழகும் கவர்ச்சியும் அழுத்திச் சொல்லப்படுகிறது. 'ஒள் நுதல் விறலி' (புறம்.32), 'சுடர் நுதல் விறலி' (பதிற். 6:51), 'வாள்நுதல் விறலி' (புறம். 89, 109) ஆகிய தொடர்களால், ஒளி பொருந்திய அழகிய நெற்றியினையுடைய விறலியர் என்று விறலியரின் அழகு வருணிக்கப்படுகின்றது. மகளிர்க்கு நெற்றி சிறுத்திருத்தல் உத்தம இலக்கணமாகும். ஆதலின் அழகிய நுதல் என்பது சிறிய நுதலை என்று உரையாசிரியர்கள் விளக்கம் தருகின்றனர்.

சிறுபாணாற்றுப்படை, விறலியின் கேசாதிபாத வருணனையை விவரிக்கின்றது.

ஐது வீழ் இகுபெயல் அழகுகொண்டு , அருளி,
நெய்கனிந்து இருளிய கதுப்பின்; கதுப்பு என,
மணிவயின் கலாபம், பரப்பி, பல உடன்
மயில், மயிற் குளிக்கும் சாயல்; சாஅய்
உயங்குநாய் நாவின் நல் எழில் அசைஇ,
வயங்கு இழை உலறிய அடியின்; அடிதொடர்ந்து
ஈர்ந்துநிலம் தோயும் இரும்பிடித் தடக்கையின்
சேர்ந்து உடன் செறிந்த குறங்கின், குறங்கு என,
மால்வரை ஒழுகிய வாழை; வாழைப்
பூ எனப் பொலிந்த ஓதி; ஓதி
நளிச்சினை வேங்கை நாள்மலர் நச்சி,
களிச்சுரும்பு அரற்றும் சுணங்கின், சுணங்கு பிதிர்ந்து
யாணர்க் கோங்கின் அவிர்முகை எள்ளி,
பூண்அகத்து ஒடுங்கிய வெம்முலை; முலை
வண்கோட் பெண்ணை வளர்த்த நுங்கின்
இன்சேறு இகுதரும் எயிற்றின்; எயிறுஎன
குல்லைஅம் புறவில் குவிமுகை அவிழ்ந்த
முல்லை சான்ற கற்பின்; மெல்இயல்;
மடமான் நோக்கின் வாள் நுதல் விறலியர் (சிறுபாண். 13–31)

மழை போன்ற இருண்ட கூந்தலினையும், ஓடி இளைத்து வருந்துகின்ற நாயின் நாவினை ஒத்த பொலிவிழந்த அடியினையும், பிடியின் கை போன்ற செறிந்த தொடையினையும், புதிதாகப் பூத்த கோங்கினைப் போன்ற முலையினையும் அரும்பினை ஒத்த எயிற்றினையும் மான் போன்ற பார்வையினையும் ஒளி பொருந்திய நுதலினையும் உடைய அழகு மிக்க விறலி என்று அவளின் அழகினை கேசாதிபாதமாக நச்சினார்க்கினியர் இயைபு படுத்துகிறார்.

சுடர் நுதல் மட நோக்கின்
வாள் நகை இலங்கு எயிற்று
அமிழ்து பொதி துவர் வாய் அசை நடை விறலியர்
(பதிற். 6:51:18–20)

ஒளி பொருந்திய நெற்றியினையும் மடப்பம் பொருந்திய பார்வையினையும் மிக்க ஒளியுடைய பற்களையும் அமிழ்து போன்ற நீரை அடக்கிய சிவந்த வாயினையும் தளர்ந்த நடையினைமுடைய விறலியர் என்று விறலியின் அழகினைப் பதிற்றுப்பத்து விவரிக்கின்றது.

மதம் தபு ஞமலி நாவின் அன்ன
துளங்குஇயல் மெலிந்த கல்பொரு சீறடி
கணம் கொள் தோகையின் கதுப்பு இகுத்து அசைஇ
(மலை.42–44)

ஓடி இளைத்த நாயின் நாவினைப் போன்ற சிறிய அடியினையும் மான் போன்ற மருண்ட சிறிய அடியினையும் மயில் தோகைப் போன்ற தழைத்த கூந்தலினையும் உடைய விறலியர் என்று மலைபடுகடாம் வருணிக்கின்றது.

விறலியர் ஒளிபொருந்திய நெற்றியினையும் மயில் போன்ற சாயலினையும் நாயினது நாவினைப் போன்ற அடியினையும் மான் போன்ற பார்வையினையும் உடையவராகத் திகழ்வர் என்பதனையே சங்க இலக்கியங்களில் பதிவு செய்யப்பட்டுள்ளன. கலையில் வல்ல பெண்களுக்கு உடல் அழகு காலம் காலமாக முக்கியத்துவப்படுத்தப்படுகின்றது. இதற்குச் சங்க இலக்கியமும் விதிவிலக்கன்று என்று கூறலாம்.

விறலியின் நடனம்

மன்னனை அடைந்ததும் பசியாறிய பின்பு அவனுடைய வீரத்தைப் புகழ்ந்து பாணன் பாட, அவன் குழுவில் உள்ள விறலியர் நடனம் ஆடினர் என்பதனை சங்க இலக்கியம் வழி அறியலாம்.

விரையொலி கூந்தல் நும் விறலியர் பின் வர
ஆடினிர் பாடினிர் செலினே (புறம். 109:16–17)

என்ற கபிலருடைய பாடல் விறலி ஆடியதைச் சான்றாகப் பகர்கின்றது. பதிற்றுப்பத்து,

நிலவின் அன்ன வெள்வேல் பாடினி
முழவில் போக்கிய வெண்கை (பதிற். 7: 1516)

என்ற பாடலில் பாடினி ஆடும் பொழுது பாணன் பாடியதாக கூறுகின்றது. சங்க இலக்கியம் விறலியர் நடனம் ஆடியதாகக்

குறிப்பிட்டாலும் எத்தகைய நடனம் அவர்களால் ஆடப்பட்டது என்பது பற்றிய குறிப்புகளோ விளக்கமோ இல்லை. அத்துடன் சங்க இலக்கியம் கருங்கூத்து, குரவைக் கூத்து, துணங்கைக் கூத்து என்று பல்வகையான கூத்துக்களைப் விளக்கியிருந்தாலும் இக்கூத்துக்கள் விறலியால் ஆடப்பட்டதாகக் குறிப்புகள் ஏதும் இல்லை. அதேபோல் விறலியரால் ஆடப்பட்ட நடனம் எவ்வகையானது என்பதனைச் சங்க இலக்கியம் வழி அறிய இயலவில்லை.

இனக்குழுச் சமூகத்தில் விறலியருக்கு இருந்த சமூக மதிப்பு நிலவுடைமைச் சமூகத்தில் கீழான நிலைக்குத் தள்ளப்பட்டிருப்பதை இக்கட்டுரையின் வாயிலாக உணரமுடிகின்றது. மன்னனை நாடி ஆடி, பாடி பரிசில் பெறும்போது அவர்களுக்கிருந்த நிலை தலைவன் தலைவியின் காதல் விவகாரங்களில் தலையிடும் போது மாறியது என்று கருத இடமுண்டு. மன்னனின் அரசவையில் அரசவை கவிஞராக இடம் பெறும் நிலையினை பாணன் பெற்றிருந்தான். அவன் குழுவில் இருந்த விறலிக்கும் இத்தகைய நிலையே இருந்திருக்கும் என்பது தெளிவு. காலச் சூழலில் பார்ப்பினியம் தழைத்தோங்கி மன்னனின் அரசவையில் இடம்பெற தொடங்கிய பிறகு பாணன் தன் நிலையிலிருந்து வெளியேற்றப்பட்டிருக்க வேண்டும். கலை அவனிடமிருந்து பறிக்கப்பட்டிருக்கலாம். தன் வாழ்க்கையை நடத்துவதற்கு மன்னனுக்கு அடுத்த நிலையில் இருப்பவர்களை நாடியிருக்கலாம். அவனது கலையை அவனே மறந்து வாயிலாக, தோழனாக, தூதுவனாக தன் பயணத்தை தொடங்குகிறான். இம்மாற்றத்தின் விளைவே இன்றைய சமூகத்தின் பிரதிபலிப்பு.

8. இளங்கோவடிகளும் பரதமுனிவரும் காட்டும் அரங்க அமைப்பு

(தமிழக அரசால் கோயம்பூத்தூரில் நிகழ்த்தப்பெற்ற உலகத் தமிழ் செம்மொழி மாநாட்டில் வாசிக்கப்பெற்ற கட்டுரை, 2010)

மனிதன் பேசத் தொடங்கும் முன் தன் மன உணர்வுகளை உடல் அசைவுகளால் வெளிப்படுத்திக்கொண்டிருந்தான். இவ்வுடல் மொழியே காலப்போக்கில் நாட்டியமாகவும் நாடகமாகவும் உருப்பெற்றது. இக்கலைப் படைப்புகளைப் பார்வையாளரிடம் கொண்டு சேர்ப்பது அரங்கமாகும். இவ்வரங்கம் எவ்வாறு உருவாக்கப்பட வேண்டும் என்பதனை நாட்டியத்தின் இலக்கணத்தை விளக்கும் இளங்கோவடிகளின் சிலப்பதிகாரமும் பரதமுனிவரின் நாட்டிய சாஸ்திரமும் விளக்கிக் கூறுகின்றன. இவ்விரண்டு நூல்களிலும் கூறப்பட்டுள்ள அரங்க அமைப்பினை விளக்கி ஈண்டு ஒப்பு நோக்கப்படுகிறது.

அரங்கம் அமைக்கும் நிலம்

அ. சிலப்பதிகாரம்

முத்தமிழ்க் காப்பியம் எனப்படும் சிலப்பதிகார அரங்கேற்றுக் காதையில்

எண்ணிய நூலோ ரியல்பினின் வழாஅது
மண்ணக மொருவழி வகுத்தனர் கொண்டு
(சிலப். 3 : 95 – 96)

என்ற அடிகளின் வழி அரங்க அமைப்பினை அறியமுடிகின்றது. சிற்ப நூலோர் வகுத்தபடி

அரங்கம் அமைப்பதற்கு முன் சிறந்த நிலத்தினைத் தேர்வு செய்யவேண்டும் என்பது குறிப்பிடப்படுகின்றது. இந்நிலம் தெய்வக் குற்றம் இல்லாமலும், கிணறு, குளம், காவு ஆகியன நீக்கப்பட்டதாகவும் இருக்க வேண்டும். உறுதியான தன்மை கொண்டதாகவும் என்பு, உமி, பரல் ஆகியன நீக்கப்பட்டும் நிலம் அமைய வேண்டும். இந்நிலத்தில் துவர்ப்பு, புளிப்பு, காழ்ப்பு, கைப்பு, உவர்ப்பு ஆகிய சுவைகள் விலக்கப்பட்டிருக்க வேண்டும் என்று கூறி, ஒவ்வொரு சுவைக்கும் ஒவ்வொரு தன்மை உண்டு என்று கூறுவார் அடியார்க்குநல்லார்.

துவர்ப்புச் சுவை பயத்தையும், புளிப்பு நோயையும், காழ்ப்புப் பசியையும், கைப்புக் கேடினையும், உவர்ப்புக் கலக்கத்தையும் தோற்றுவிக்கும் தன்மையைக் கொண்டதால் இச்சுவைகளை உடைய மண்ணினை நீக்கி இனிப்புச் சுவையுடைய மண்ணினைத் தேர்வு செய்ய வேண்டும் என்று எடுத்துரைக்கிறார் அடியார்க்கு நல்லார்.

மண்ணின் சுவை மட்டுமல்லாமல் அதன் மணம் குறித்தும் விளக்கம் கூறப்பட்டுள்ளது. கொள்ளிலை, செந்நெல், சண்பகம், சுரபுன்னை இவற்றைப் போன்ற மணம் உடையதாக இம்மண் இருக்க வேண்டும் என்றும், ஏனையவை தீமை விளைவிக்கக் கூடியது என்றும் விளக்குகிறார் உரையாசியர்.

அத்துடன் களித்தரை, உவர்த்தரை, ஈளைத்தரை, பொல்லாச் சாம்பல்தரை, பொடித்தரை என்று சொல்லப்பட்ட தன்மைகள் ஒழிக்கப்பட்ட மண் தேர்வு செய்யப்பட வேண்டும் என்றும் கூறுகிறார்.

இவ்வாறு தேர்ந்தெடுக்கப்பட்ட நிலம் எங்கு அமைந்திருக்க வேண்டும் என்பது சிலப்பதிகாரத்தில் எடுத்துரைக்கப்படுகிறது. அரங்கம் அமைக்கப்பட வேண்டிய நிலம் ஊரின் நடுவில் தேரோடும் வீதிகளின் எதிர்முகத்தில் அமைதல் சிறந்தது என்பது அடியார்க்குநல்லார் அவர்களால் குறிப்பிடப்பட்டிருப்பது இங்கு நோக்கத்தக்கது.

ஆ. நாட்டிய சாஸ்திரம்

அரங்கம் அமைப்பதற்கு முன் சிறந்த நிலத்தினைத் தேர்வு செய்ய வேண்டும் என்ற வரையறை நாட்டிய சாஸ்திரத்தில் காணப்படுகிறது.

நிலத்தின் மண் உறுதியானதாகவும் கறுமை நிறத்துடனும் சமவெளியாகவும் அமைந்திருக்க வேண்டும். வெண்மை நிறம் கொண்ட மண் ஏற்புடையதன்று. தேர்வு செய்யப்பட்ட நிலத்தில்

எலும்பு, ஆணி, மட்பாண்டத்தின் உடைந்த பகுதிகள் (சில்லுகள்) ஆகியன இருக்கும். அதனால் கலப்பைக் கொண்டு உழுது அவற்றினை அகற்றுதல் வேண்டும். அத்துடன் புல், புதர்ச்செடி போன்றவற்றையும் வெட்டி எறிந்து சுத்தமாகச் சமன் செய்யப்பட வேண்டும் என்று நாட்டியசாஸ்திரம் அரங்கு அமைப்பதற்கான நிலம் எவ்வாறு இருக்க வேண்டும் என்பதற்கு இலக்கணம் வரையறுத்துள்ளது.

சிலப்பதிகாரத்தில் விளக்கப்பட்ட மண்ணின் நாற்றம், சுவை, தன்மை ஆகிய கூறுகள் நாட்டிய சாஸ்திரத்தில் கூறப்பட வில்லை. நிலம் எங்கு அமைந்திருக்க வேண்டும் என்பதும் விளக்கப்படவில்லை.

நாட்டிய சாஸ்திரத்தில் கூறப்பட்டுள்ள மண்ணின் நிறம் சிலப்பதிகாரத்தில் எடுத்துரைக்கப்படவில்லை.

உறுதியான, சுத்தம் செய்யப்பட்ட சிறந்த மண்ணினை அரங்கம் அமைப்பதற்குத் தேர்வு செய்ய வேண்டும் என்பதனை இரண்டு நூல்களும் விளக்குவது இங்கு நோக்கத்தக்கது.

அளக்கும் கருவி
அ. சிலப்பதிகாரம்

புண்ணிய நெடுவரைப் போகிய நெடுங்கழைக்
கண்ணிடை யொருசாண் வளர்ந்தது கொண்டு
நூனெறி மரபி னரங்க மளக்கும்
கோலள விருபத்து நால்விர லாக (சிலப். 1: 3, 98
–100)

அரங்கம் அமைப்பதற்கான நிலம் வகுத்துக்கொண்ட பின்னர் பொதியின் மலைபோன்ற புண்ணிய மலையில் நெடிதாக வளர்ந்த மூங்கில் மரத்தில் கணுவுக்குக்கணு ஒரு சாண் தூரம் உள்ள மூங்கில் கோலினை, நூலில் விளக்கியபடி அரங்கஞ் செய்ய அளக்கும் வகையில் உத்தமன் கைப் பெருவிரலில் இருபத்துநாலு கொண்ட ஒரு கோலாக நறுக்கிக் கொள்ள வேண்டும் இக்கோலினைப் பொதுவான அளவு கோலாக அடியார்க்கு நல்லார் குறிப்பிடுகின்றார்.

உத்தமர் என்பவர் கழிய நெடுமையும் கழியக் குறுமையும் இல்லாதவராக (சிலப்.உரை ப.114) இருக்க வேண்டும். இவ்வாறு எத்தகு குறைபாடும் இல்லாத உத்தம இலட்சணம் அமைந்த உருவினை உடையவரது கைப்பெருவிரல் அளவினைக் கொண்டு நறுக்கிய கோலால் அரங்கம் அளக்கப்படவேண்டும். இப்பெருவிரல் அளவு அணு முதற்கொண்டு உயர்ந்து வரும் வாய்ப்பாட்டினைச் சிலப்பதிகார உரை ஆசிரியர் குறிப்பிடுகின்றார்.

அணு எட்டுக் கொண்டது தேர்த்துகள்
தேர்த்துகள் எட்டுக் கொண்டது இம்மி
இம்மி எட்டுக் கொண்டது எள்ளு
எள்ளு எட்டுக் கொண்டது நெல்லு
நெல்லு எட்டுக் கொண்டது பெருவிரல்   (சிலப். உரை, ப. 114)

தேர்த்துகள் எட்டு கதிர் எழுதுகள் கொண்டதோர் அளவு (தமிழ்ப் பேரகராதி, தொகுதி 2, ப. 2060) கதிர் எழுதுகள் என்பது சூரிய கிரணத்தெழும் துகளாகிய ஒரு நுட்ப அளவு (தமிழ்ப் பேரகராதி, தொகுதி 2, ப. 714) என்பதை அறிய முடிகின்றது. அவ்வாறென்றால் மேற்குறிப்பிட்ட துகள் அளவு எட்டு சேர்ந்தது இம்மி என்று கூறலாம். இம்மி என்பதற்கு சிறு நிறை என்ற பொருளைத் தமிழ்ப் பேரகராதி (ப. 298) அளிக்கிறது. இந்தச் சிறு அளவு எட்டு சேர்ந்தது எள்ளு. எள்ளு என்பதற்கும் நெல்லு என்பதற்கும் எள்ளின் நீள அளவு அல்லது எள்ளின் நிறை, நெல்லின் நீள அளவு அல்லது நெல்லின் நிறை என்றே கூறப்படு கின்றது. நெல் அளவு எட்டுக் கொண்டது பெருவிரல் என்பது பெறப்படுகின்றது.

மேற்கூறப்பட்ட அளவுகளை வைத்துப் பார்க்கும்பொழுது இருபத்து நான்கு பெருவிரல் என்பது ஏறக்குறைய நான்கு அடி என்று கூறலாம்.

ஆ. நாட்டிய சாஸ்திரம்

சிலப்பதிகாரத்தில் குறிப்பிட்டுள்ளபடி நாட்டியசாஸ்திரத் திலும் அரங்கம் அமைப்பதற்கான அளவு விவரிக்கப்பட்டுள்ளது. நூல், புல் அல்லது நாணல் ஆகியவற்றினால் செய்யப்பட்ட வெள்ளை நிற மெல்லிய கயிறு என்பதே அளக்கும் கருவியாக நாட்டிய சாஸ்திரத்தில் குறிப்பிடப்பட்டுள்ளது.

இக்கயிறு மெல்லியதாக இருந்தாலும் உறுதியானதாக இருக்க வேண்டியது கட்டாயமாகிறது. நிலத்தை அளவிடும்போது கயிறு பாதியில் அறுந்தால் மண்டப உரிமையாளருக்கு மரணம் நேரும். மூன்றில் ஒரு பங்கில் கயிறு அறுந்தால் மன்னனின் சினத்திற்கு ஆளாக நேரிடும். நான்கில் ஒரு பங்கில் அறுந்தால் நாடகம் நடத்துபவருக்கு (producer) கேடு விளையும். அளவிட முற்படும்போது கயிறு கை நழுவி கீழே விழுந்தால் ஏதாவது ஒரு வகையில் இழப்பு ஏற்படும் என்றும் விளக்கப்பட்டுள்ளது. ஆகையினால் அளவிடும் கயிறு திடமாக இருப்பதுடன் அளவிடுபவர் கயிற்றை கையிலிருந்து நழுவிப் போகாமல் கவனமாகக் கையாள வேண்டும் என்பது இங்கு வலியுறுத்தப்படுகிறது.

மேடை அமைப்பதற்கான அலகு வாய்ப்பாட்டினைப் பின்வருமாறு நாட்டிய சாஸ்திரம் குறிப்பிடுகின்றது.

8 Anus	=	1 Raja	
8 Rajas	=	1 Bāla	
8 Bālas	=	1 Liksā	
8 Liksās	=	1 yūkā	
8 yūkās	=	1 yava	
8 yavas	=	1 Angula	
24 Angulas	=	1 cubit	
4 cubits	=	1 Danda	(Natyasastra, P. 43)

அணு முதல் யவா வரையிலான அளவுகளுக்குச் சரியான விளக்கம் கிடைக்கவில்லை. இருபத்து நான்கு அங்குலம் என்பது ஒரு முழம் (cubit) என்றால், நான்கு முழம் என்பது ஒரு கோல் என்ற விளக்கம் நாட்டிய சாஸ்திரத்தில் கூறப்பட்டுள்ளது.

மேற்கூறப்பட்ட விளக்கத்தின் அடிப்படையில் நாட்டிய சாஸ்திரம் கயிற்றினை அளக்கும் கருவியாகக் குறிப்பிட்டுள்ளதால் நான்கு முழத்தினையே அளவாகக் கொள்ளலாம்.

பொதியின் மலைபோன்ற புண்ணிய மலை, உத்தமன் கைப் பெருவிரல் போன்ற குறிப்புகள் நாட்டிய சாஸ்திரத்தில் குறிப்பிடப்படவில்லை.

நாட்டிய சாஸ்திரத்தில் குறிப்பிட்டுள்ளபடி அளக்கும் கருவி கை நழுவுவதால் ஏற்படக் கூடிய தீமைகள் பற்றிச் சிலப்பதிகாரம் எடுத்துரைக்கவில்லை என்பது இங்குக் குறிப்பிடத்தக்கது.

மேடை அமைப்பு

அ. சிலப்பதிகாரம்

மேடையின் அமைப்பு எவ்வாறு அமையவேண்டும் என்பதனை இவ்விரண்டு நூல்களும் பின்வருமாறு விவரிக்கின்றன.

எழுகோ லகலத் தெண்கோ னீளத்
தொருகோ லுயரத் துறுப்பின தாகி
உத்தரப் பலகையோ டரங்கின் பலகை
வைத்த விடைநில நாற்கோ லாக
ஏற்ற வாயி லிரண்டுடன் பொலியத்

(சிலப். 1 : 3, 101 –105)

சிலப்பதிகாரத்தில் நான்கு அடி கோலாகக் கருதப்பட்ட கோலினைக் கொண்டு எழுகோல் அகலமும் எண்கோல் நீளமும் ஒரு கோல் உயரமும் உடையதாக மேடை அமைக்க வேண்டும். அதாவது 28 அடி அகலமும் 32 அடி நீளமும் 4 அடி உயரமும் உடையதாக மேடை அமைப்பு இருக்க வேண்டும் என்று சிலப்பதிகாரத்தில் குறிப்பிடப்பட்டுள்ளது.

இவ்வாறு அமைக்கப்பட்ட அரங்கத்தில் நாற்புறமும் தூண்களை நிறுத்தி, அரங்கிற்கு உட்புகவும் புறப்படவும் இரண்டு வாயில்கள் அமைக்க வேண்டும். மன்னரும் மக்களும் அமருமாறு அவையரங்கமும் அமைக்கப்படவேண்டும். அத்துடன் மேடையின் விதானத்தில் வச்சிர தேவன், வச்சிரதந்தன், வருணன், இரத்த கேசுவரன் என்ற நால்வகை வருண பூதங்களின் உருவங்கள் எழுதப்பட வேண்டும் என்று மேடையின் உள்ளமைப்பு விளக்கப்பட்டுள்ளது.

நாற்புறமும் அமைக்கப்பட்ட தூண்களின் நிழல் நாயகியின் மேல் விழாதவாறும், அவையின்கண் விழாதவாறும் விளக்குகள் பொருத்தப்பட வேண்டும். அதன்பின் இடத்தூணிடத்தில் ஒருமுக எழினி திரைச்சீலையாகத் தொங்கவிடப்பட வேண்டும். இத்திரைச்சீலையின் கயிற்றை இழுக்க அது வலத்தூணிடத்துச் சென்று சேர்ந்து மேடை அமைப்பை மறைக்குமாறு ஒருமுக எழினி அமைக்கப்பட்டுள்ளது. பொருமுக எழினி என்பது இரண்டு வலத்தூணிடத்தும் தொங்கவிடப்பட்டு மேடையின் நடுவில் சேர்ந்து மேடையின் உள்ளமைப்பை மறைக்குமாறு அமைக்கப்பட்டுள்ளது. மேற்கட்டுத்திரையாக கரந்துவரல் எழினி மேடையின் பின்புறம் அமைந்துள்ளது. திரைக்குப் பின்புறம் நின்று அவையோர்க்குப் புலப்படாமல் அமரர்கள் போல் பேசுவதற்கு இத்திரை உதவியாக அமைகிறது என்று விளக்குகளின் அமைப்பும் எழினியின் அமைப்பும் சிலப்பதிகார உரையின் வழி அறிய முடிகின்றது.

ஆ. நாட்டிய சாஸ்திரம்

நாட்டிய சாஸ்திரத்தில் அரங்கத்தின் கட்டமைப்பு மூன்று வகையாகப் பகுக்கப்பட்டுள்ளது. அவை,

1. செவ்வக வடிவ அரங்கம் (Vikrsta)
2. சதுர வடிவ அரங்கம் (Caturasra)
3. முக்கோண வடிவ அரங்கம் (Tryasra)

என்பனவாகும். நீளம் அதிக அளவினதாகவும் அகலம் குறைவாகவும் அமையும் அரங்கம் செவ்வக வடிவ அரங்கமாகும். நீளமும் அகலமும் சரிசமமாக உள்ள அரங்கம் சதுர வடிவ அரங்கமாகும். மூன்று சமமான அளவினைக் கொண்டதாக அமைவது முக்கோண வடிவ அரங்கமாகும்.

மேலும் அளவுகளின் அடிப்படையில் நாட்டிய அரங்கம் மூன்று வகையாகப் பிரிக்கப்படுகிறது. அவை,

1. ஜேஷ்டம் (Jyestha) *(பெரியது)*
2. மத்திமம்(Madhya) *(நடுத்தரமானது)*
3. அவரம் (avara) *(சிறியது)*

என்பனவாகும். பெரிய அளவான 108 முழம் கொண்டதாக அமைவது ஜேஷ்டம் (Jyestha), நடுத்தர அளவான 64 முழம் (Madhya) கொண்டதாக அமைவது மத்திமம் (Madhya), சிறிய அளவான 32 முழம் (avara) கொண்டதாக அமைவது அவரம் (avara). இதில் ஜேஷ்டம் தேவர்களுக்கும், மத்திமம் மன்னர்களுக்கும், அவரம் பொது மக்களுக்கும் ஏற்றது என்று நாட்டிய சாஸ்திரத்தில் விளக்கப்பட்டுள்ளது.

இவற்றில் மத்திம அளவினைக் கொண்டதாக அமையும் அரங்கமே சிறப்பானது, ஏனெனில், பாட்டும் உரையாடலும் அரங்கத்தின் அனைத்து இடங்களிலும் அமர்ந்திருப்பவர்களுக்குத் தெளிவாகப் புலப்படுவது இவ்வகை அரங்கில் மட்டுமே.

ஆகவே, மேற்குறிப்பிடப்பட்ட மூன்று வகை அளவுகளைக் கொண்ட அரங்குகளில் நடுத்தர அளவினைக் கொண்ட செவ்வக வடிவ அரங்கமே நிகழ்ச்சிகள் நடத்துவதற்குச் சிறந்தது என்று கூறலாம்.

நடுத்தர அளவான இச்செவ்வக வடிவ அரங்கம் 64 முழ நீளமும் 32 முழ அகலமும் கொண்டதாக அமையும். இம்மேடை அமைப்பிற்காக எடுத்துக்கொண்ட 64 முழ நீள (cubits) அளவானது சரிபாதியாகப் பிரிக்கப்பட்டு ஒரு பாதி அளவு 32 முழ நீளம் பார்வையாளர் அரங்கிற்காகவும், மற்றொரு பாதி அளவான 32 முழ நீளம் நிகழ்வுத் தளத்திற்காகவும் ஒதுக்கப்பட்டுள்ளது. அரங்கத்தின் இடப்பகுதி நிகழ்வுத்தளமாகவும் வலப்பகுதி பார்வையாளர் தளமாகவும் கருதப்படுகிறது. இடது பக்கம் அமைந்துள்ள மேடைப் பகுதியான 32 முழ நீளம் மீண்டும் சரிபாதியாகப் பிரிக்கப்பட்டு இதன் வலப்பகுதி முன் மேடை 16 முழமாகவும் (Ranga - Pedam) அடுத்த பகுதியான 16 முழம் பின் மேடையாகவும் (Ranga - Sīrsa) கருதப்படுகிறது. 16 முழம் கொண்ட பின் மேடை மீண்டும் சரிபாதியாக 8 முழ அளவில் பிரிக்கப்பட்டு ஆடை ஒப்பனைத் தளமாகவும், இசைக் கலைஞர்கள் அமரும் தளமாகவும் கருதப்படுகிறது.

அரங்க அமைப்பதற்கு முன் செய்ய வேண்டிய பூசைகள், பரிகாரங்கள் பற்றி விளக்கமாக நாட்டிய சாஸ்திரம் எடுத்துரைக்கின்றது. அதன்படி அரங்கம் அமைக்கப்படுகிறது.

அரங்க அமைப்பின் அகலம் மூன்று பகுதிகளாகப் பிரிக்கப்பட்டு அரங்க மண்டபம் (rangamandapa) என்றழைக்கப்படும்

பார்வையாளர் பகுதியில் 4 தூண்கள் அமைக்கப்பட வேண்டும். மேடையின் மையப்பகுதியின் (Mattavārani) இடப்புறமும் வலப்புறமும் நான்கு தூண்கள் அமைக்கப்பட வேண்டும். மேடை அமைப்பு முழுவதும் மரத்தினால் செய்யப்பட்ட சித்திர வேலைப்பாடுகள் அழகுற அமைக்கப்பட வேண்டும். அரங்கத்திற்கு உட்புக ஒரு வாயிலும், அதற்கு நேர் எதிராகப் பொதுமக்கள் உள்ளே வருவதற்கான மற்றொரு வாயிலும் அமைக்கவேண்டும் என்று நாட்டிய சாஸ்திரம் மேடை அமைப்பினை எடுத்துரைக்கின்றது.

இரண்டு நூல்களிலும் குறிப்பிடப்பட்டுள்ள மேடையின் அளவு சமமாகவே வரையறுக்கப்பட்டுள்ளது. நாட்டிய சாஸ்திரத்தில் விளக்கப்பட்டுள்ள அளவுகளின் விவரம் சிலப்பதி காரத்தில் விரிவாக விளக்கப்படவில்லை. மேடை அமைப்பதற்கு செய்யப்படவேண்டிய பூசைகள் பற்றிய விரிவான விளக்கங்களும் சிலப்பதிகாரத்தில் குறிப்பிடப்படவில்லை என்பது இங்கு நோக்கத்தக்கது.

சிலப்பதிகாரம் என்ற காப்பியம் நாட்டியத்திற்கான இலக்கணத்தை வரையறுப்பதற்காக எழுதப்படவில்லை. மாதவியின் நடன அரங்கேற்றத்தைப் பற்றிக் குறிப்பிடும் பொழுது அரங்கேற்று காதை என்ற காதையில் ஆசிரியரால் தமிழ் மரபின் தொன்மைக்கேற்ப, நாட்டிய இலக்கணம், அரங்க அமைப்பு குறித்தும் விவரிக்கப்படுகிறது. அரங்கேற்று காதை என்பது ஒரு சிறு பகுதியே. ஆனால் பரதமுனிவரின் நாட்டிய சாஸ்திரம் நாட்டிய இலக்கணத்திற்காகவே எழுதப்பட்ட நூல். ஆகவே இக்கருத்தினை அடிப்படையாகக் கொண்டு இவ்விரண்டு நூலினையும் ஆய்வாளர்கள் அணுக வேண்டும் என்பது கட்டுரையாளரின் கருத்து.

உலக நாடக வரலாற்றில் நாடக அரங்கம் அவ்வப்போது பல்வேறு நிலைகளில் மாற்றத்திற்குள்ளாகி வந்துள்ளது. இளங்கோவடிகள் காட்டும் அரங்கமும், பரதமுனிவர் காட்டும் அரங்கமும் சிற்சில வேறுபாடுகளுடன் தோன்றினாலும் படைப்பாளிகளின் கருத்தினை வெளிக்கொணர்வதற்கு அரங்க அமைப்பு உதவி செய்வதாக அமைகிறது என்பதில் ஐயமில்லை. மேலும் இவ்விரண்டு நூல்களிலும் கூறப்பட்டுள்ள கருத்துகளை நோக்கும்போது சிலப்பதிகாரம் நாட்டிய சாஸ்திரத்திரத்திற்கு முன்னோடி என்று அறிஞர்கள் கூறும் கருத்து ஏற்புடையது.

9. பதினோராடல்கள்

(அரிமா நோக்கு (மொழி, இலக்கியம், கலை, பண்பாடு, வரலாறு, மெய்யியல், அறிவியல் சார் பன்னாட்டுக் காலாண்டிதழில் வெளியிடப்பெற்ற கட்டுரை, அக்டோபர் 2012)

சிலப்பதிகாரம் அக்கால நாடக மரபு பற்றிய மிக அதிகமானத் தகவல்களைத் தருகின்றது. மேலும், இந்நூலிற் இரண்டு உரைகள் உள்ளன. அடியார்க்கு நல்லார் உரையும் அரும்பத உரையும் அவரவர் காலத்துக் கருத்துக்களை இணைத்து விரிவாக விளக்குகின்றது. இசை, நாட்டிய, நாடகத்திற்கான செய்திகள் இந்நூலில் விரவிக் கிடக்கின்றன. அரங்கேற்றுகாதையும் கடலாடுகாதையும் மாதவி ஆடிய பதினோராடல்களைப் பற்றி விரிவாக எடுத்தியம்புகின்றது. இளங்கோவடிகள் மாதவி ஆடிய ஆடல்களின் எண்ணிக்கையைப் பற்றி மட்டும் குறிப்பிட்டு விட்டுவிடாமல் அவ்வாடல்களின் பெயர்களையும் குறிப்பிடுகிறார். இதனைக் கொண்டு உரையாசிரியர்கள் அவற்றின் விளக்கத்தினை விரிவாகத் தம் உரையில் குறிப்பிடுகின்றனர்.

இப்பதினோராடல்கள் எப்படி ஆடப்பட்டன? ஆடுவதற்கு அடிப்படைக் கரு என்ன? இப்போது இவ்வாட்டங்கள் ஆடப்படுகின்றதா? வடமொழி நூலான நாட்டிய சாத்திரத்தில் இப்பதினோராடல்கள் காட்டப்படுகின்றதா? என்பன போன்ற செய்திகள் இங்கு ஆராய்வதற்குரியன.

பதினோராடல்கள் அனைத்தும் 'புராணக் கதை கூறும் நாடகங்கள் ஆகும்; இவ் ஆடல்கள் திருமால்,

சிவன், துர்க்கை, முருகன் முதலான தெய்வங்கள் தம் எதிரிகளான அவுணர், அரக்கர் முதலானவர்களை அழித்த செய்திகளைப் பாடி ஆடுவதை விளக்குவனவாக அமைந்துள்ளன. இவை தெய்வங்களின் பெயரால் ஆடப்பட்டதால், 'தெய்வ விருத்தி' என்று கூறப்படும். விரித்துரைப்பது 'விருத்தி' எனப்பட்டது. தெய்வங்கள் தமது பகைவரைப் போரில் வென்று, அவ்வெற்றிக் களிப்பில் ஆடிய ஆடல்கள் இவை என்று கருதலாம்.

இப்பதினோராடல்கள் மாயோன், வருணப்பூதர், திங்கள் ஆகியவற்றை வாழ்த்திப் பாடுதலுடன் ஆரம்பிக்கும்.

மாயோன் பாணியும் வருணப் பூதர்
நால்வகைப் பாணியு நலம்பெறு கொள்கை
வானூர் மதியமும் பாடிப் பின்னர்ச்
சீரியல் பொலிய நீரல நீங்கப் (சிலப். 6:35–38)

என்று இளங்கோவடிகள் குறிப்பிடுகிறார்.

மாயோன் – திருமால், திருமாலை வாழ்த்தி பாடும் போது அவர் அணிந்திருக்கக் கூடிய அணி, மாலை, ஆடை, நிறம், அவரது கொடி, அவரிடமிருந்து பெற வேண்டிய அருள் ஆகியனவற்றை குறிப்பது என்று விளக்கம் கூறி, பதினோராடலுக்கும் முகநிலையாகிய மாயோன் பாணியைப் பின்வருமாறு கூறுகின்றார்.

மலர்மிசைத் திருவினை வலத்தினி லமைத்தவன்
மறிதிரைக் கடலினை மதித்திட வடைத்தவன்
இலகொளித் தடவரை கரத்தினி லெடுத்தவ
னினநிரைத் தொகைகழை யிசைத்தலி லழைத்தவன்
முலையுணத் தருமவ ணலத்தினை முடித்தவன்
முடிகள்பத் துடையவ னுரத்தினை யறுத்தவன்
உலகனைத் தையுமொரு பதத்தினி லொடுக்கின
னொளிமலர்க் கழறரு வதற்கினி யழைத்துமே
(சிலப்., 3: உரை., ப.189)

என்று திருமாலின் புகழினைக் கௌசிகப் பண்ணிலும் இரண் டொத்துடைத் தடாரப் பண்ணிலும் வாழ்த்திப் பாடுவதாக அமைகின்றது. இறைவனை முற்கூறாது மாயோனை முற்கூறியதற்கு காரணம் மாயோன் காவற் கடவுளாய் நின்று அருளைத் தருவதால் இவ்வாறு கூறப்பட்டது என்று அடியார்க்கு நல்லார் விளக்கம் தருகிறார்.

அதற்கடுத்து வருணப் பூதரை வாழ்த்திப் பாடுவதாக அமைகின்றது. வருணப் பூதம் நால்வரையும் பரவும் நால்வகைத் தேவபாணி வருமாறு,

அந்தணர் வேள்வியோ டருமறை முற்றுக
வேந்தன் வேள்வியோ டியாண்டுபல வாழ்க
வாணிக ரிருநெறி நீணிதி தழைக்க
பதினெண் கூலமு முழவர்க்கு மிகுக
அரங்கியற் கூத்து நிரம்பிவினை முடிக
வாழ்க நெடுமுடி கூர்கவென் வாய்சொலென்
றிப்படிப் பலிகொடுத் திறைவனிற் றொக்குச்
செப்பட வமைத்துச் செழும்புகை காட்டிச்
சேவடி தேவரை யேத்திப் பூதரை
மூவடி முக்கால் வெண்பா மொழிந்து
செவியிழுக் குறாமை வேந்தனை யேத்திக்
கவியொழுக் கத்து நின்றுழி வேந்தன்
கொடுப்பன கொடுப்ப வடுக்குமென்ப (சிலப்., உரை., 3: ப.189)

அந்தணர், வேந்தன், வாணிகர், உழவர் என்ற நால்வரும் தழைத்து வாழ வேண்டும் என்று வாழ்த்தி அத்துடன் ஆடக்கூடிய இவ்வரங்கத்தில் எந்த தீவினையும் இல்லாமல் கூத்து நிகழ வேண்டும் என்று வருணப் பூதரை வாழ்த்திப் பாடி அடுத்து சந்திரனை வாழ்த்திப் பாடுகிறார்.

குரைகடன் மதிக்கு மதலையை குறுமுயலொளிக்கு மரணினை
இரவிரு ளகற்று நிலவினை யிறையவன் முடித்த வணியினை
கரியவன் மனத்தி னுதிதனை கயிரவ மலர்த்து மவுணனை
பரவுநர் தமக்கு நினதிரு பதமலர் தருக்க வினையையே
(சிலப்., உரை., 3: ப.189)

இருளினை அகற்றும் நிலவினை இறைவன் தன் தலையினில் வைத்திருப்பவன், அப்படிப்பட்ட நிலவின் பாதத்தினை வணங்கி வாழ்த்தி பாடுகிறார். பண்ணும் தாளமும் முற்கூறியவாறே என்கிறார். அவதாளம் நீங்கி தாளவியல்பு பொலிவு பெற வாழ்த்திப் பாடி பதினோராடல்களை ஆட ஆரம்பிக்கிறாள் மாதவி.

நாட்டிய நிகழ்ச்சி ஆரம்பிப்பதற்கு முன் இறை வணக்கத் திற்குரிய கீதத்தைப் பாடி ஆடுதல் முறை என்று நாட்டிய சாத்திரம் குறிப்பிடுகின்றது. இன்று ஆடப்பட்டு வரும் பரத நாட்டிய நிகழ்ச்சிகளில் கவுத்துவமாக மேற்குறிப்பிட்ட விளக்கத்திலேயே சில பாணிகளில் (Different styles of dance) ஆடப்பட்டு வருகிறது. இந்நடனத்தைக் கோயில் நடனமாக (Temple dance) கருதுவதால் ஒரு சில பாணிகளில் இக் கவுத்துவம் ஆடுவது தவிர்க்கப்படுகிறது.

கவுத்துவம் இன்று நடன நிகழ்ச்சிகளில் மூன்றாவது நிகழ்ச்சியாக இன்று ஆடப்பட்டு வருகின்றது. நவசந்தி கவுத்துவம், நிலா கவுத்துவம் போன்ற பல வகைகளில் கவுத்துவம் இன்று ஆடப்பட்டு வருவது இங்கு நோக்கத்தக்கது.

பதினோராடல்களின் வகைகள்

தெய்வங்கள் தமது பகைவரைப் போரில் வென்று அவ்வெற்றிக் களிப்பில் ஆடிய ஆடல்களான பதினோராடல்களை நின்றாடல், வீழ்ந்தாடல் என்று இருவகையாக அடியார்க்கு நல்லார் வகைப்படுத்துகிறார்.

அசுரரை வெல்ல அமரர் நின்றாடிய ஆடல் ஆறு அவை வருமாறு,

அல்லியங் கொட்டி குடைகுடம் பாண்டரங்கம்
மல்லுட நின்றாட லாறு

அசுரரை வெல்ல அமரர் வீழ்ந்தாடிய ஆடல் ஐந்து. அவை பின்வருமாறு,

துடி கடையம் பேடு மரக்காலே பாவை
வடிவுடன் வீழ் தாட லைந்து (சிலப். 3: உரை., ப.89)

ஆடல் ஆறும் ஆடல் ஐந்தும் சேர்ந்து பதினோராடல் களாகின்றன.

1.அல்லியம், 2.கொடுகொட்டி, 3.குடை, 4.குடம், 5.பாண்டரங்கம், 6.மல்லாடல், என்ற ஆறும் நின்றாடும் வகையின.

1.துடி, 2.கடையம், 3.பேடு, 4.மரக்கால், 5.பாவை, ஆகிய ஐந்தும் வீழ்ந்தாடும் வகையின. இவையெல்லாம் தெய்வங்கள் தம் எதிரியான அவுணர், அரக்கரை அழித்த வெற்றிக் களிப்பில் ஆடிய நிகழ்வுகளைச் சித்திரிப்பனவாக உள்ளன.

கடலாடுகாதையில் இளங்காவடிகள் பதினோராடலை 1. கொடுகொட்டி, 2. பாண்டரங்கம், 3. அல்லியத் தொகுதி, 4. மல்லாடல்,, 5. துடி, 6. குடை, 7. குடம், 8. பேடியாடல், 9. மரக்காலாடல், 10. பாவை, 11. கடையம் என வரிசைப்படுத்துகிறார். ஆனால் உரையாசிரியர் பதினோராடல்களை 1. அல்லியம், 2. கொடுகொட்டி, 3. குடை, 4. குடம், 5. பாண்டரங்கம், 6. மல், 7. துடி, 8. கடையம், 9. பேடு, 10. மரக்கால், 11. பாவை என நிரல்படுத்துவார். இவ்வாறு நிரல்படுத்துவதற்கு என்ன காரணம் என்பதனை அடியார்க்கு நல்லார் விளக்கவில்லை. இங்கு இளங்கோவடிகள் வரிசைப்படுத்திய முறையிலேயே பதினோராடல்களைக் காணலாம்.

இப்பதினோராடல்களுக்கும் உறுப்பு இரண்டு, நான்கு, ஐந்து அல்லது ஆறு என்று குறிப்பிடப்படுகின்றது. உறுப்பாவது யாது என்பதனை உரையாசிரியர்களின் கருத்திலிருந்து அறிய முடியவில்லை. ஒவ்வொரு கூத்தையும் ஆடும் போது அவற்றின் கதை நிகழ்வுகளைப் பலவாறு அவிநயிப்பது, காட்சிகள், களங்கள்

ஆகியன மாறிவருவது ஆகியனவற்றை உறுப்புக்கள் என்று கருதி இங்கு விளக்கப்பட்டுள்ளது.

கொடுகொட்டி

சிவன் அவுணர்களை அழித்த கதையே கொடுகொட்டி. கொடு என்பதன் கருத்து கொடூரம் கடுமை என்பதும், கொட்டி என்பது தாள அலகு என்றும் சிவத்தம்பி குறிப்பிடுகின்றார். (சிவத்தம்பி, க., பண்டைய தமிழ்ச் சமூகத்தில் நாடகம், ப.284) கொடுகொட்டி என்பது ஒருவகைக் கொட்டு முழக்கு என்றும், ஒரு வகை ஆட்டம் என்றும், ஒருவகை கொட்டு என்றும் பொருள் தருகிறது தமிழிசைக் கலைக்களஞ்சியம் (சுந்தரம், வீ.ப.கா., தமிழிசைக் கலைக் களஞ்சியம், ப.211—213).

பாரதி யாடிய பாரதி யரங்கத்துத்
திரிபுர மெரியத் தேவர் வேண்ட
எரிமுகப் பேரம் பேவல் கேட்ப
உமையவ ளொருதிற னாக வோங்கிய
இமையவ நாடிய கொடுகொட்டி யாடலும் (சிலப். 6: 39–43)

சிவபெருமான் முப்புரம் எரித்து வெற்றி கண்டு ஆடிய வென்றிக் கூத்து என்றும், கைகொட்டி முப்புரம் எரிவது கண்டு இரங்காது ஆடியதாலும் கொடுகொட்டி என்று பெயர் என்று கூறுகிறார் அடியார்க்கு நல்லார். முப்புரம் எரித்து ஆடுங்கால் உமையாள் சிவனுக்கு ஒரு திறனாக இருக்கச் சிவன் கொடுகொட்டி ஆடினார் என்றும் கூறுகிறார்.

கொடுகொட்டி, பாண்டரங்கம், கபாலம் என்னும் சிவனாடிய மூவகை ஆடல்களுள் இது ஒன்று எனக் கலித்தொகையில் கடவுள் வாழ்த்துப் பாடல் கூறுகிறது.

படுமுறை பலவியம்பப் பல்லுருவம் பெயர்த்துநீ
கொடுகொட்டி யாடுங்காற் கோடுயர் அகல்குற்
கொடிபுரை நுசுப்பினாள் கொண்டசீர் தருவாளோ;

(கலி. 1: 5–7)

படுபறைகள் பல இயம்பப் பல உருவங்களைப் பெயர்த்துச் சிவபெருமானே! நீ கொடுகொட்டி ஆடுங்கால் பார்வதி தாளம் புறந்தந்தாள். 'பறை' என்பது இங்குத் தமருகத்தைக் குறிப்பது. நின் கையில் ஒலிக்கின்ற தமருகம் பல வாத்தியங்களை ஒலித்து நிற்க, நீ பல வடிவங்களைப் பெயர்த்துக் காட்டிக் கொடுகொட்டியை ஆடினாய் என்னும் கருத்துப்பட நச்சினார்க்கினியர் விளக்கி யுள்ளார். இனி, தமருகத்தில் சிவபெருமான் அனைத்துச் சொற்கட்டுக் களையும் முழக்கிக்கொண்டு ஆடினான் என்று பொருள் கொள்ளலாம். 'கொண்ட சீர் தருவாளோ' என்றது பார்வதி புறத்தேயிருந்து தாளம் கொட்டி உதவி செய்வாள் என்று

பொருள் படுகிறது 'கொடுங்கொட்டி என்பது கொடுகொட்டி என விகாரமாயிற்று' என்றும் 'எல்லாவற்றையும் அழித்து நின்று ஆடுதலின்' இவ்வாட்டம் கொடுங்கொட்டி எனப்பட்டது என்றும் நச்சினார்க்கினியர் விளக்கியுள்ளார்.

சிலப்பதிகாரமும் அதன் உரையும் வேறு பொருள்களைத் தருகின்றன. கொடுகொட்டி என்பது திரிபுரத்தை அழித்துச் சிவன் ஆடியது என்று சிலப்பதிகாரம் கூறுகிறது. ஆனால் சிவபெருமான் அனைத்தையும் அழித்து நின்று ஆடினார் என்று நச்சினார்க்கினியர் கலித்தொகையில் கூறுகின்றார்.

> கொட்டி கொடுவிடையோ னாடிற் றதற்குறுப்
> பொட்டிய நான்கா மெனல் (சிலப்., 3: உரை., ப.89)

என்று கொடுகொட்டி சிவபெருமானால் ஆடப்பட்டது என்றும் அதற்குறுப்பு நான்கு என்றும் அரங்கேற்று காதையில் அடியார்க்கு நல்லார் கூறுகிறார். எவ்வாறெனில், தேவர் வேண்டுவது, முப்புரம் எரிப்பது, உமையவள் ஒருபுறமாக நிற்பது, கைகொட்டி கொடுகொட்டியை இசைத்து ஆடுவது ஆகிய காட்சிகளை உடையது கொடுகொட்டி ஆடல்.

பாண்டரங்கம்

இது நான்முகன் காணுமாறு கலைமகள் ஆடிய கூத்து எனச் சிலப்பதிகாரம் கூறுகிறது.

> தேர்மு னின்ற திசைமுகன் காணப்
> பாரதி யாடிய வியன்பாண்ட ரங்கமும் (சிலப்., 6 : 44–45)

சிவனின் மனைவி பாரதியால் ஆடப்பட்டது என்றும் சிவனார் பாரதி வடிவம் பூண்டு ஆடினார் என்றும் இருவேறு கருத்து உண்டு. அரும்பத உரையாசிரியர் பாரதி (பைரவி) சுடலையில் ஆடிய ஆட்டம் என்பார். அடியார்க்கு நல்லார் சிவனார் பாரதி வடிவம் பூண்டு, வானமாகிய தேரிலேறி அதில் நான்கு வேதங்களாகிய குதிரைகளைப் பூட்டி திரிபுரத்தை எரித்து வெண்ணீறாக்கி அவ் வெண்ணீறை தம் நெற்றியில் அணிந்து ஆடிய ஆட்டம் பாண்டரங்கம் என்று கூறுவார்.

பாழ்+து=பாண்டு. பாண்டு+அரங்கம்=பாண்டரங்கம். திரிபுரம் பாழ்படுத்தி நீறாக்கப்பட்டதினடையாகப் பெற்ற பெயர் இது வீ.ப.க. சுந்தரம் குறிப்பிடுகிறார் (சுந்தரம்., வீ.ப.க., தமிழிசைக் கலைக் களஞ்சியம், தொகுதி 3, ப.277).

வெண்ணீறணிந்து ஆடுதல் இதன் சிறப்புடைமை எனக் கருத வேண்டியிருக்கிறது. ஏனெனில் இதனைக் கலித்தொகைப் பாடல்,

மண்மடர் பலகடந்து மதுகையால் நீறணிந்து
பண்டரங்க மாடுங்கால்...... நகுவாளோ (கலி., கடவுள் வாழ்த்து)

எனக் குறிக்கின்றது.

பாண்டரங்க முக்கணா னாடிற் றதற்குறுப்
பாய்ந்தன வாறா மெனல் (சிலப்., உரை., 3: ப.89)

அடியார்க்கு நல்லார் இது ஆறு உறுப்புக்களை உடையது என்பார். பாரதி வடிவம் பூணுவது, தேரில் நிற்பது, குதிரைகளை பூட்டுவது, திசைகள் மறைய திரிசூலம் ஏந்துவது, திரிபுரம் பாழ் செய்து நீறாக்குவது, வெண்ணீறணிந்து ஆடுவது ஆகிய காட்சிகளை உடையது பாண்டரங்கம் என்று கூறலாம்.

அல்லியம்

மூன்றாவது அல்லியம். அஞ்சன வண்ணனால் ஆடப்பட்ட 10 வகை ஆடல்களுள் ஒன்று.

கஞ்சன் வஞ்சங் கடத்தற் காக
அஞ்சன வண்ண னாடிய வாடலுள்
அல்லியத் தொகுதியும் (சிலப்., 6:46–48)

கஞ்சன் என்னும் பகைவன் மாயவனைக் கொல்ல ஒரு யானையை ஏவினான். கஞ்சனின் வஞ்சகத்தால் வந்த இந்த யானையில் கொம்புகளை ஒடிப்பதற்காக யானையில் எதிர் நின்று ஆடிய ஆட்டம் 'அல்லியம்' என்பது. இது கதை தழுவிய கூத்து எனவே 'அல்லியத் தொகுதி' என்றும் பெயர் பெற்றது. அடியார்க்கு நல்லார் ஆடுபவனின் அங்கங்கள் எந்தவித அசைவையும் காட்டாது தாளத்தையும், அபிநயத்தையும் மட்டும் காட்ட வேண்டும் என்று குறிப்பிடுகின்றார். இதற்கு ஏற்றார் போல், அல்+இயம்=அல்லியம். இயக்கம் பெறாதது + அலியியக்கம். 'தொழில் செய்யாது நிற்றலே அல்லியம்' என்று குறிப்பிடுகிறார் வீ.ப.க. சுந்தரம்(சுந்தரம், வீ.ப.க., தமிழிசைக் கலைக் களஞ்சியம், முதல் தொகுதி, ப.79).

பதுமைகள் வாயிலாகவும் இவ்வாடல் நடைபெற்று வந்த தென்பது புறப்பாடல் ஒன்றால் அறியப்படுகிறது. இப்பாடலில் வரும் அல்லிப்பாவை என்ற சொற்றொடருக்குக் கைவல்லோனால் புனைந்து செய்யப்பட்டு எழுதிய அழகு பொருந்திய அல்லிப்பாவை என உரையாசிரியர் பொருள் எழுதியுள்ளார்.

......வரி வனப் புற்றே
அல்லிப்பாவை ஆடுவனப்பு ஏய்ப்ப (புறநா. 33:16)

பாவைகளை வைத்து ஆடும் கூத்து சங்கக்காலத்தில் இருந்தமையை இதன் வழி அறியலாம்.

அல்லிய மாயவ னாடிற்றதற் குறுப்புச்
சொல்லுப வாறாமெனல் (சிலப்., உரை., 3: ப.89)

அல்லியத்திற்கு உறுப்பு ஆறு என்கிறார் அடியார்க்குநல்லார். அவை, கஞ்சன் யனையை ஏவுதல், யானையின் எதிர் நிற்றல், அங்கங்கள் அசையாது நிற்றல், தாளத்தையும் அபிநயத்தையும் காட்டல், யானையின் கொம்பினை ஒடித்தல், அல்லியம் ஆடல் ஆகிய உறுப்புக்களை கொண்டது.

திருமாலின் பத்து அவதாரங்களில் ஒன்றான கிருஷ்ணாவதாரத்தில் கிருஷ்ணனைக் கொல்வதற்காகக் கஞ்சன் குவளயபீடா என்ற யானையினை ஏவி விடுவான். அவன் ஏவிவிட்ட யானையினை கிருஷ்ணன் அழித்து ஆடுவது தான் அல்லியமாடல். இன்று கிருஷ்ணாவதாரம் பரதநாட்டியத்தில் ஆடப்பட்டாலும் இந்நிகழ்ச்சி நடனத்தில் காட்டப்படுவதில்லை. மேலும், இதில் அடியார்க்கு நல்லார் குறிப்பிடுவது போல் அங்கங்கள் அசையாமல் இருக்க வேண்டும் என்பது ஏற்றுக் கொள்ள இயலாத ஒன்று என்று கூறலாம். யானையின் கொம்பினைப் பற்றி அதனை வீழ்த்துவதற்கு எத்துணை பலம் வேண்டும். அதனை நடனத்தில் காட்டுவதற்கு அங்கங்கள் அசையாமல் காட்ட இயலுமா? இது கேள்விக்குரிய ஒன்றே.

மல்லாடல்
.......அவுணர் கடந்த
மல்லி னாடலும் (சிலப்., 6: 48–49)

வாணன் என்னும் அசுரனை வெல்லுவதற்கு மாயோன் மல்லனாய்ச் சென்று அறைகூவி அழைத்து அவனை உயிர் போகச் செய்த நிலையில் ஆடியது மல்லாடல்.

இதன் உறுப்புக்கள் ஐந்து என்று அடியார்க்கு நல்லார் குறிப்பிடுகின்றார்.

நெடியவ னாடிற்று மல்லாடன் மல்லிற்
கொடியா வுறுப் போரைந்தாம் (சிலப்., உரை., 3: ப.89)

மாயோன் மல்லனாய் வருவது, வாணனை அறைகூவி அழைப்பது, வாணனிடம் சண்டையிடுவது, உயிர் போகச் செய்வது, ஆடுவது ஆகிய ஐந்து காட்சிகளை உடையது மல்லாடல்.

இது இன்று செய்யப்படும் குஸ்தியினோடு ஒப்பிட்டு நோக்கலாம். அவ்வாறெனில் இதனை ஒரு நடனமாகக் கருத இயலாது.

துடி

அசுரரை வெல்ல அமரர் ஆடிய ஆடலுள் துடியை ஒலித்து முருகன் ஆடிய ஆட்டம்.

........மாக்கட னடுவன்
நீர்த்திரை யரங்கத்து நிகர்த்துமுன் னின்ற
சூர்த்திறங் கடந்தோ னாடிய துடியும் (சிலப்., 6: 49– 51)

கடலின் நடுவில் வேற்றுருக் கொண்டு நின்ற சூரனை, முருகன் அக்கடலின் நடுவண் அலைகளையே அரங்கமாகக் கொண்டு துடி கொட்டி ஆடியது இத் துடிக்கூத்து. துடி என்பதை உடுக்கை என்றும் பறை என்றும் தமிழ் அகராதி கூறுகிறது. தமிழிசைக் கலைக் களஞ்சியத்தில் வீ.ப.க. சுந்தரம் உடுக்கை வேறு துடி வேறு என்று குறிப்பிடுகிறார்.

இதற்கு உறுப்பு ஐந்து என்று அடியார்க்கு நல்லார் குறிப்பிடுகின்றார்.

துடியாடல் வேன்முருக னாடலதனுக்
கொடியா வுறுப் போரைந்தாம் (சிலப்., உரை., 3 : ப.89)

சூரன் வேற்றுருக் கொள்ளுதல், முருகன் கடலின் நடுவில் நிற்றல், அலைகளை அரங்கமாகக் கொள்ளுதல், சூரனை அழித்தல், துடி கொட்டுதல் ஆகிய ஐந்தும் துடி ஆடலின் அங்கங்களாகும்.

இன்றும் சிவன் கோயில்களில் கார்த்திகை மாதத்துத் தேய் பிறையில் ஸ்கந்தசஷ்டி நாட்களில் இவ்விழா நிகழ்த்தப்பட்டு வருகிறது. இது ஒரு கதை நிகழ்வாக மட்டுமே காட்டப்படுகின்றது என்று கூறலாம். நடனமாக ஆடப்படுவதில்லை.

குடை

முருகன் அசுரரோடு போரிட்டு, வென்று போர்க்களத்தில் தனது குடையைத் தாழ்த்திப் பிடித்து ஆடிய ஆடல் இது.

படைவீழ்த் தவுணர் பையு ளெய்தக்
குடைவீழ்த் தவர்மு னாடிய குடையும் (சிலப்., 6:52–53)

முருகன் தன்னுடைய குடையை முன்னே சாய்த்துப் பிடித்து, அக்குடையையே ஒரு முக எழினியாகக் கொண்டு நின்றாடிய கூத்து.

இதன் உறுப்பு நான்கு என்று குறிப்பிடுகின்றார் அடியார்க்கு நல்லார். எவ்வாறெனில், அவுணர் படையை வீழ்த்தல், அவர்கள் துன்பமுறுதல், முருகன் தன் குடை சாய்த்து எழினி ஆக்கல், முருகன் ஆடுதல் முதலிய பகுதிகளைக் கொண்டதால் இதன் அங்கம் நான்கு.

அறுமுகத்தோ னாடல் குடைமற் றதற்குப்
பெறுமுறுப்பு நான்கா மெனல் (சிலப்., உரை., 3; ப.89)

இன்று கோயில் ஊர்வலங்கள் சிலவற்றில் சாமிக் குடைதூக்கும் ஒருவர் தூக்க முடியாத அந்த குடையை தூக்கிக்

குதியாட்டம் ஆடுவதை இது குறிப்பதாக இருக்கும் என்று. சிவத்தம்பி குறிப்பிடுகிறார் (சிவத்தம்பி, க., பண்டைய தமிழ்ச் சமூகத்தில் நாடகம், ப.285).

குடக்கூத்து

தலையில் குடம் வைத்து மாயோன் ஆடிய ஆடல்.

வாணன் பேரூர் மறுகிடை நடந்து
நீணில மளந்தோ னாடிய குடமும் (சிலப்., 6: 54–55)

வாணன் தன் மகள் உழை காரணமாகக் காமனின் மகன் அநிருத்தனைச் சிறையில் அடைத்திருந்தான் அவனை விடுவித்தற் பொருட்டு வாணனுடைய 'சோ' என்னும் நகர் வீதியில் சென்று நீலநிற வண்ணனாகிய மாயோன் குடம் தலையிற் கொண்டு ஆடியது குடக்கூத்து ஆகும். இக்குடக்கூத்து விநோதக் கூத்து ஆறனுள் ஒன்று என்று அடியார்க்கு நல்லார் குறிப்பிடுகின்றார்.

பரவிய சாந்தி யன்றியும் பரதம்
விரவிய விநோதம் விரிக்குங் காலைக்
குரவை கலிநடங் குடக்கூத் தொன்றிய
கரண நோக்குத் தோற்பா வைக்கூத்
தென்றிவை யாறு நகைத்திறச் சுவையும்
வென்றியும் விநோதக் கூத்தென விசைப்ப (சிலப்.,உரை.,6:ப.191)

இக்குடக்கூத்திற்கு உரிய குடம் பஞ்சலோகங்களால் அல்லது மண்ணால் செய்யப்பட்டது.

குடத்தாடல் குன்றெடுத்தோ நாட லதனுக்
கடைக்குப வைந்து பாய்ந்து (சிலப்., உரை., 3:ப.89)

இதன் உறுப்பு ஐந்து, வாணன் மகள் உழையைக் காதலித்தல், அதனால் அநிருத்தனைச் சிறையில் அடைத்தல், விடுவித்தல், 'சோ' என்னும் நகர வீதி, மாயோன் குடம் கொண்டு ஆடிய இந்த ஐந்து அங்கமும் குடக்கூத்திற்குரியது.

இன்று ஆடப்பட்டு வரும் கரகாட்டத்துடன் இக்குடக் கூத்தினை இனங்காணலாம்.

பேடி ஆடல்

காமன் ஆணும் பெண்ணுமற்ற பேடிக் கோலத்தோடு ஆடியது.

ஆண்மை திரிந்த பெண்மைக் கோலத்துக்
காம னாடிய பேடி யாடலும் (சிலப்., 6: 56–57)

வாணனின் மகளைக் காதலித்த குற்றத்திற்காகச் சிறைப் படுத்தப்பட்ட தன் மகன் அநிருத்தனை மீட்பதற்காக மன்மதன் பேடு உருவில் வந்து ஆடி மயக்கி அழித்தது பேடியாடல் ஆகும்.

சிலப்பதிகாரத்தில் மட்டுமின்றி மணிமேகலையிலும் இப்பேடியாடல் பற்றிய செய்தி கூறப்படுகிறது.

சுரியற் றாடி மருள்படு பூங்குழற்
பவள செவ்வாத் தவள வெண்ணகை
ஒள்ளரி நெடுங்கண் வெள்ளிவெண் டோட்டுக்
கருங்கொடிப் புருவத்து மருங்குவளை பிறைநுதற்
காந்தளஞ் செங்கை யேந்திள வனமுலை
அகன்ற வல்கு லந்நுண் மருங்கல்
இகந்த வட்டுடை யெழுதுவரிக் கோலத்து
வாணன் பேரூர் மறுகிடை நடந்து
நீணில மளந்தோன் மகன்முன் னாடிய
பேடிக் கோலத்துப் பேடுகாண் குநரும் (மணி., 3:116–1125)

என்னும் பகுதியில் பேடியின் உருவ வருணனையும் தரப்பட்டுள்ளது. இதிலிருந்து பேடியாடலுக்கு இன்னவாறு ஆடை அணிகலன் புனைய வேண்டுமென்ற வரையறை இருந்ததென்பதனை அறியலாம்.

இதன் உறுப்புக்கள் நான்கு.

காமன தாடல்பே டாடலதற்குறுப்பு
வாய்மையி னாராயி னான்கு (சிலப்., உரை., 3: ப.90)

அநிருத்தன் உழையைக் காதலித்தல், அநிருத்தனை சிறையில் வைத்தல், மன்மதன் பேடு உரு எடுத்தல், ஆடி மயக்கி எதிரியை வீழ்த்தல் ஆகிய நான்கு காட்சிகளைக் கொண்டது பேடியாடல். இன்று ஆடப்படும் அலியாட்டத்தினோடு இதனை ஒப்பிட்டு நோக்கலாம்.

மரக்கால் ஆடல்

மாயவள் அசுரரைக் கொல்ல ஆடிய ஆட்டம்.

காய்சின வவுணர் கடுந்தொழில் பொறாஅள்
மாயவ ளாடிய மரக்கா லாடலும் (சிலப்., 6: 58–59)

அவுணர்கள் மாயவளுக்குப் பகைமையாகி அவளைக் கொல்லத் தேள், பாம்பு முதலிய கொடியவைகளை மந்திர ஆற்றலால் தோற்றுவித்தனர். துர்க்கை மரத்தினாலாகிய கால்களைத் தன் காலில் கட்டிக் கொண்டு, அவற்றின் மீது மிதித்து மிதித்து ஆடிக் கொன்றாள்.

மாயவளாடன் மரக்கா லதகுறுப்பு
நாமவகை யிற்சொலுங்கா னான்கு (சிலப்., உரை., 3: ப.90)

அவுணர் பகைமையின் கடுந்தொழில், அவுணர்

நச்சுயிர்களைத் தோற்றுவித்தல், மரக்கால் கொள்ளல், ஆடி அழித்தல் ஆகிய நான்கு உறுப்புக்களைக் கொண்டது இது.

இன்று ஆடப்பட்டு வரும் பொய்க்கால் குதிரையாட்டத்திற்கு இதுவே மூலம் ஆகும். புராணச் செய்திகளை அடிப்படையாகக் கொண்டும் இக்காலத்திற்கேற்பப் புதுமைகள் பல சேர்த்தும் இவ்வாடல் இன்று நிகழ்த்தப்படுகிறது.

பாவைக் கூத்து

திருமகள் கொல்லிப் பாவை வடிவங் கொண்டு ஆடிய கூத்தாதலின் இது பாவைக் கூத்தெனப்பட்டது.

செருவெங் கோல மவுணர் நீங்கத்
திருவின் செய்யோ ளாடிய பாவையும் (சிலப்., 6:60–61)

அவுணர்கள் கொடிய போர்ப் படைக் கலங்களோடு ஆரவாரித்துத் தாக்குகின்றனர். போர்வெறியும் மிருகபலமும் கொண்ட அவர்களின் முன்பு தேவர்களால் போட்டியிட இயலவில்லை. அவர்கள் அஞ்சி ஒதுங்கி நிற்கின்றனர். இந்நிலையில் அரக்கர்களின் பலவீனத்தைப் பயன்படுத்தி அவர்களை வீழ்த்த முன் வருகின்றாள் திருமகள்.

அழகெல்லாம் ஒருங்கு திரண்ட கொல்லிப் பாவையைப் போல உருவம் தாங்கி அசுரர் முன் நின்று வள்ளிக்கொடி போல் அவள் அசைந்து ஆடுகின்றாள். அவள் ஆட ஆட அவுணர்களின் போர் வெறி தணிந்து அவளைச் சூழ்ந்து நிற்கின்றனர்.

இதன் உறுப்புக்கள் இரண்டு என்று அடியார்க்கு நல்லார் குறிப்பிடுகின்றார்.

பாவை திருமக ளாடிற் றதற்குறுப்
போவாம லொன் றுடனே யொன்று (சிலப்., உரை., 3: ப.90)

அசுரர்களின் வெறி, திருமகள் கொல்லிப்பாவை கொண்டு ஆடல் ஆகிய இரண்டு உறுப்புக்களை கொண்டது இது.

கடையம்

இது அயிராணி (இந்திராணி) ஆடிய ஆட்டம். வாணனுடைய தலைநகரமான ‘சோ’ நகரின் வடக்கு வாயிலின் கண் வயல் நடுவில் நின்று அயிராணி ஆடிய கூத்து ‘கடையம்’ எனப்பட்டது.

வயலுழை நின்று வடக்கு வாயிலுள்
அயிராணி மடந்தை யாடிய கடையமும் (சிலப்., 6 : 62–63)

கடையம் = கடைசி வாயில். ஆடிய இடத்தனடியாக ஆட்டம் பெயர் பெற்றது. (சுந்தரம், வீ.ப.க., தமிழிசைக் கலைக்

களஞ்சியம், இரண்டாம் தொகுதி, ப.19)

இதன் உறுப்புக்கள் ஆறு.

கடைய மயிராணி யாடிற் றதனுக்
கடைய வுறுப்புக்க ளாறு   (சிலப்., உரை., 3: ப.89)

இதற்கு உறுப்புக்களை வரையறுக்க இயலவில்லை.

இப்பதினோராடல்கள் பல பாத்திரங்களைக் கொண்டு ஆடப்பட்டதை அறிய முடிகின்றது. ஆனால், இங்கு மாதவி மட்டுமே ஆடுகிறாள். ஒவ்வொரு ஆடலையும் ஆடும் பொழுது குறிப்பிட்ட பாத்திரங்களுக்கான உடைகளுடன் தேவையான அபிநயங்களுடன் ஆடுவதாகக் காட்டப்படுகின்றது.

அவரவ ரணியுட னவரவர் கொள்கையின்
நிலையும் படிதமும் நீங்கா மரபிற்   (சிலப்., 6: 64-65)

இவ்வாடல்கள் அனைத்தும் மரபுப்படி நிகழ்ந்ததாக ஆசிரியர் குறிப்பிடுகின்றார்.

பதினோராடல்களையும் தெய்வங்களே ஆடியிருக்கிறார்கள் என்பதனை மேற்கண்டவாறு அறியமுடிந்தது. இதில், திருமால் ஆடியது மூன்று; சிவன் ஆடியது இரண்டு; முருகன் ஆடியது இரண்டு; துர்க்கை ஆடியது ஒன்று; திருமகள் ஆடியது ஒன்று; அயிராணி ஆடியது ஒன்று; காமன் (மன்மதன்) ஆடியது ஒன்று என பதினோராடல்களும் தெய்வங்களால் ஆடப்பட்டதை உணரமுடிகின்றது.

இப்பதினோராடலுக்கும் தனித்தனியே பாடல்கள் இருந்தன என்பதனை,

அல்லியம் முதல் கொடுகொட்டி ஈறாகக் கிடந்த பதினொரு கூத்தும், அக்கூத்துக்களுக்குரிய பாட்டுக்களும்.....

என்று அரும்பதவுரையாசிரியரும்,

அல்லியம் முதற் கொடுகொட்டி ஈறாய்கிடந்தனவும்
அவற்றுக்குரிய பாட்டுக்களும்

என அடியார்க்கு நல்லாரும் கூறுவதிலிருந்து அறியலாம். ஆனால் பாட்டுக்கள் எதுவும் உரைகளில் விளக்கமாகக் குறிக்கப்பெறவில்லை. இப்பதினோராடல்களை அறிந்திருக்க வேண்டியது நாடக ஆடலாசானின் முதன்மைத் தகுதிகளாக இருந்திருக்க வேண்டும் என்று கருத இடமுண்டு.

இன்று பரதநாட்டியத்தில் ஆடப்பட்டு வரும் நடனத்தோடு இப்பதினோராடால்களை ஆறு. அழகப்பன் ஒப்பிட்டுப் பார்க்கிறார். "இக்காலப் புகழ்மிக்க நங்கை ஆடிய பதினொரு

ஆடல்கள் 1.அலாரிப்பு, 2. ஜதிஸ்வரம், 3. வர்ணம், 4. மமாகமாசி, 5. மனமே, 6. வரட்டும், 7. விருத்தம்,8. நடனமாடினார், 9. வருகலாமே, 10. தில்லானா, 11. குறத்திநடனம் என்பன. இவைகளையும் மாதவி ஆடிய பதினொரு ஆடல்களையும் நோக்கினால் சிலப்பதிகாரக் காலம் ஆடற் கலைக்குத் தந்த தூய்மை வெளிப்படும்" (அழகப்பன், ஆறு., தமிழ் நாடகம் தோற்றமும் வளர்ச்சியும், பக். 164–167). இன்றைய நாட்டிய நிகழ்ச்சியோடு இப்பதினோராடல்களை ஒப்பிட்டுப் பார்க்க இயலாது.

இன்று பரத நாட்டிய நிகழ்ச்சியில் ஆடப்பட்டு வரும் நடனங்களை பின்வருமாறு வகைப்படுத்தலாம்.1. புஷ்பாஞ்சலி, 2. அலாரிப்பு, 3. கவுத்துவம், 4. ஜதீஸ்வரம், 5. சப்தம், 6. வர்ணம், 7. பதம், 8. தில்லானா, 9. ஸ்லோகம்/ விருத்தம் . இந்நடனங்கள் ஏதோ ஒரு வகையில் ஒன்றுடன் ஒன்று தொடர்புபடுத்தப்பட்ட நடனங்கள் என்று கூறலாம். முதல் நிகழ்ச்சியாக ஆரம்பிக்கும் புஷ்பாஞ்சலி, இறைவனுக்கும் ஐம்பூதங்களுக்கும் சபையோர்க்கும் வணக்கம் கூறி ஆரம்பமாகிறது. அடுத்தது அலாரிப்பு. இது நிருத்த வகையைச் சார்ந்தது. நடனம் ஆரம்பிப்பதற்கு முன் உடல் அசைவுகளால் உடலிற்கும் மனதிற்கும் புத்துணர்ச்சி அளிப்பதற்கு ஆடப்படும் நடனம் இது. அடுத்த நிகழ்ச்சியாக ஆடப்படுவது ஜதீஸ்வரம். இதுவும் நிருத்த வகையைச் சார்ந்தது. சொற்கட்டுகளில் மட்டும் இசைத்து ஆடப்படும் அலாரிப்பிற்கு மாற்றாக ஸ்வரங்களின் கோர்வையால் இசைத்து ஆடப்படுவது ஜதீஸ்வரம் ஆகும். கவுத்துவம் ஒரு சில பாணிகளில் ஆடப்பட்டு வருகின்றது. இது இறைவனை வாழ்த்திப் புகழ்வதாக அமைகின்றது. பாட்டிற்கான நடனமாக ஆடப்படும் நிகழ்ச்சி சப்தம். வர்ணத்திற்கு முன்னோட்டமாக அமையும். இது நிருத்த நிருத்தியம் இணைந்து வரும் நடனமாகும். இதற்கடுத்து வருவது நாட்டிய நிகழ்ச்சியின் மைய நடனமாகக் கூறப்படும் வர்ணம். இது நிருத்தம், நிருத்தியம், நாட்டியம் ஆகிய மூன்றும் இணைந்து ஆடப்படும் நடனமாகும். ஏதாவதொரு கதை நிகழ்வினை விளக்குவதாக அமைவது பதம் ஆகும். இறுதியாகத் தில்லானா ஆடப்படும். விறுவிறுப்பாக நிருத்தமும் அபிநயமும் சேர்ந்து ஆடப்படும். ஆடிய நிகழ்ச்சியை இறைவனுக்குச் சமர்ப்பணம் செய்வது போல் ஆடுவது விருத்தம் ஆகும்.

மாதவி ஆடிய பதினோராடல்கள் ஒன்றுடன் ஒன்று தொடர்புடைய ஆடல்களாக இல்லை. வெவ்வேறு தெய்வங்கள் வெவ்வேறு நிகழ்கூறுகளுக்கேற்ப ஆடப்படும் நடனங்களாக தான் இவை காட்டப்படுகின்றன. மல்லாடல், குடக்கூத்து, பேடியாடல், மரக்காலாடல், கடையம் ஆகிய ஐந்து ஆடல்களும் அநிருத்தனை வாணனிடமிருந்து மீட்பதற்காக ஆடப்பட்ட

நடனமாகக் குறிக்கப்படுகின்றது. இப்பதினோராடல்களில் மல்லாடல், குடக்கூத்து, பேடியாடல், மரக்காலாடல் ஆகிய நான்கினையும் முறையே குஸ்தி, கராகாட்டம், அலியாட்டம், பொய்க்கால் குதிரைஆட்டம் என்பனவற்றோடு ஒப்பிட்டு நோக்கலாம். இவை தவிர இப்பதினோராடல்களை இன்றைய நாட்டியத்தோடு ஒப்பிட்டுப் பார்க்க இயலாது. மேலும் இவ் ஆடல்கள் நாட்டுப்புற ஆடல்களின் சாயலைக் கொண்டிருப்பதால் பரதநாட்டியத்தோடு ஒப்பிட முடியாது.

நாட்டிய சாத்திரத்திலும் சிலப்பதிகாரத்தில் குறிப்பிட்ட பதினோரடல்களைப் பற்றிய குறிப்புகள் இல்லை. தற்போது நடைமுறையில் இருக்கும் நடன வகைகளைப் பற்றிய விளக்கங்களே இடம்பெற்றுள்ளன என்பது இங்கு நோக்கத்தக்கது.

10. யாழ் – வீணை மீட்டுருவாக்கம்

(ஸ்ரீரம் நுண்கலை அமைப்பு மந்தரலாயவில் நிகழ்த்திய தேசிய கருத்தருங்கில் இக்கட்டுரையின் ஆங்கில ஆக்கம் வாசிக்கப்பெற்றது, 2014, மற்றும் அரிமா நோக்கு மொழி, இலக்கியம், கலை, பண்பாடு, வரலாறு, மெய்யியல், அறிவியல் சார் பன்னாட்டுக் காலாண்டிதழிலும் இக்கட்டுரையின் ஆங்கில ஆக்கம் வெளியிடப்பெற்றது, ஜூலை 2014)

பண்டைய இசைக்கருவிகளில் மிகச் சிறப்பு வாய்ந்தது யாழ். யாழ் நரம்புகளால் யாக்கப்பட்டது. இசையைத் தோற்றுவிக்கும் கருவிகளைத் தோற்கருவி, துளைக்கருவி, நரம்புக் கருவி, மிடற்றுக் கருவி என்று வகைப்படுத்துவர். இவற்றில் நரம்புக் கருவியாகிய யாழ் தமிழர்களால் இசைக்கப்பட்டது. சங்க இலக்கியம் மற்றும் காப்பியங்களில் நரம்புக் கருவியாக யாழ் எனும் கருவி மட்டுமே இடம்பெற்றுள்ளது.

பாணர்

இசைக் கலையில் ஈடுபட்ட கலைஞர் மரபினர் ‘பாணர்’ எனப்பட்டனர். பாணர் எனும் குழு இருந்ததனை சங்க இலக்கியங்கள் எடுத்தியம்புகின்றன. அக்குலத்தின் தொன்மையினைத்

துடியன் பாணன் பறையன் கடம்பனென்று,
இந்நான் கல்லது குடியும் இல்லை (புறம்.335)

என்னும் புறநானூற்றுப் பாடல் அடிகளால் அறியலாம். துடி (உடுக்கை) அடிப்பவன் துடியன் என்றும், பறை கொட்டுபவன் பறையன் என்றும் குறிப்பிடப்பெற்றது போலப் பண் இசைப்பவன் பாணன் எனக் குறிப்பிடப் பெற்றான். பாணர்களில்

ஆடவரைச் 'சென்னியர், வயிரியர், செயிரியர், மதங்கர், இன்னிசைக்காரர் பாணரென்ப' என்று பிங்கல நிகண்டும், மகளிரைப் 'பாடினி, விறலி, பாட்டி, மாதங்கி, பாடல் மகடூஉ, பாண்மகளாகும் எனத் திவாகர நிகண்டும் கூறுகின்றன.

பாணர்கள் 'இசைப்பாணரும், யாழ்ப்பாணரும், மண்டைப் பாணரும் எனப் பலராம்' எனத் தொல்காப்பியப் பொருளதிகார (91) உரையில் நச்சினார்க்கினியர் கூறுகின்றார். இசைப்பாணரைப் பாடற் பாணர், அகவர், அம்பணவர் எனக் குறிப்பிட்டனர். யாழ்ப்பாணர் யாழிசைத்துப் பாடுபவராவர். மண்டைப் பாணர் என்போர் மண்டையென்னும் உண் கலமுடையோர். யாழினராகவும், கூத்தினராகவும் விளங்கிய இவர்களைச் 'சென்னியர்' என்பர். பாணர்களுள் தலைமைத் தன்மையுடன் இவர்கள் விளங்கினர்.

பாணர் மண்டை நிறையப் பெய்ம்மார் (புறம். 115)

பாணர் அகன் மண்டைத் துளையுரீஇ (புறம். 235)

மண்மகளிர் சென்னிய ராடல் தொடங்க (பரி. 7–9)

சென்னியர் தெறலருங் கடவுள் முன்னர்ச் சீறியாழ் (நற். 189)

போன்ற குறிப்புகளிலிருந்து மண்டைப்பாணர் பற்றி அறியலாம்.

இலக்கியங்களில் யாழ்

சங்க இலக்கியங்களான பத்துப்பாட்டு எட்டுத்தொகையில் 'யாழ்' பற்றின குறிப்புகள் விரவிக் கிடக்கின்றன.யாழின் வகைகள், யாழில் இசைக்கப்பட்ட பண், யாழ் இசைக்கு உரியோர் யார், யாழ்த் தெய்வம் எது? போன்ற பல செய்திகளை இலக்கியங்கள் சுட்டுகின்றன. யாழின் தோற்றம் குறித்தச் செய்திகள் பத்துப்பாட்டில் மட்டுமே இடம் பெற்றுள்ளன. எட்டுத்தொகையில் அக வாழ்வோடு ஒப்பு நோக்கப்பட்டே யாழ் காட்டப்படுகின்றது.

யாழ் இசைக்கு உரியோர்

யாழினை இசைக்க வல்லார் பாணர் என்று இலக்கியங்கள் கூறுகின்றன. பாணர்கள் தம் கையில் யாழினை வைத்திருந்தனர் என்றும் யாழினை இசைத்தனர் என்றும் பல குறிப்புகள் சங்க இலக்கியங்களில் கூறப்படுகின்றன.

அருந்துறை முற்றிய கருங்கோட்டுச் சீறியாழ் (அகம். 331: 10)

இசைத்துறைகள் பலவற்றையும் முழுவதுமாகக் கற்றுணர்ந்த சிறிய யாழினையுடைய பாணர்கள் ஆர்ப்பரிக்குமாறு

அணிகலன்கள் பலவும் அணிந்து மகிழ்வுடன் கோலோச்சிய திதியன் என்று கூறப்படுவதிலிருந்து பாணர்கள் யாழின் இசையைக் கற்றுத் தேர்ந்திருந்தனர் என்பது பெறப்படுகிறது.

புனிற்றாப் பாய்ந்தெனக் கலங்கி யாழ் இட்டு
எம்மனைப் புகுந்தோனே (அகம். 56:11–12)

தலைவன் பரத்தையரோடு நட்புக் கொண்டிருந்தான் அதற்குத் துணை நின்ற பாணன், தலைவி மனைக்கு எதிரான மனைக்குச் சென்றான். அப்பொழுது தெருவில் கன்று ஈன்ற பசு அவனை நோக்கிப் பாய்ந்தமையாற் கலக்கமுற்று யாழினைக் கீழே போட்டுவிட்டு நம் வீட்டின் கண் புகுந்தான் என்பதிலிருந்து பாணர்கள் தம் கையில் எப்பொழுதும் யாழினை வைத்திருந்தனர் என்பது புலப்படுகின்றது.

யாழின் தெய்வம்

பொதுவாகக் கருவிகளை இசைக்கத் தொடங்கு முன்னர் அவ்வக் கருவிகளுக்குரிய தெய்வத்தை வணங்கித் தொடங்குதல் கலைஞர் தம் இயல்பு. இதனை

கடவ தறிந்த இன்குரல் விறலியர்
தொன்றொழுகு மரபிற் றம்மியல்பு வழாஅது
அருந்திறற் கடவுட் பழிச்சிய பின்றை (மலைபடு. 536 – 538)

என வரும் மலைபடுகடாத்தால் அறியலாம். யாழினை இசைக்கத் தொடங்குவதற்கு முன் பாணர்கள் யாழ்த் தெய்வத்தினை வணங்கி தொடங்கியதாக இலக்கியங்கள் சுட்டுகின்றன. யாழ்த் தெய்வம் – மாதங்கி என்று குறிப்பிடப்படுகிறது. சீவக சிந்தாமணியும் யாழ்தெய்வம் மாதங்கி என்று குறிப்பிடுவது இங்கு நோக்கத்தக்கது.

யாழின் பண்

யாழ் இசைப்போர் எத்தகைய பண்ணை பயன்படுத்தினர் என்பது சங்க இலக்கியங்களில் எடுத்துக் கூறப்படுகின்றது.

திவவு மெய்ந் நிறுத்துச் செவ்வழி பண்ணி
குரல் புணர் நல்யாழ் முழவோடு ஒன்றி (மது.604–605)

யாழின் முருக்காணியின் நரம்பினை அதன் தண்டில் கட்டி, செவ்வழி என்னும் பண்ணை வாசிப்பர். மாலையில் யாழில் செவ்வழி என்னும் பண்ணை வாசித்துப் பாடுவர் என்பது கூறப்படுகின்றது.

சீர் இனிது கொண்டு நரம்பு இனிது இயக்கி
யாழோர் மருதம் பண்ண (மது. 658–659)

யாழிசைக்க வல்லார், தாளக் கட்டினை நன்றாக மனத்தில் வாங்கிக் கொண்டு நரம்புகளைத் தெறித்து மருதப் பண்ணை வாசிப்பர். விடியற்காலையில் மதுரை மாநகரினைப் பற்றி விவரிக்கும்போது மருதப் பண் வாசிக்கப்பட்டது என்று கூறப்படுவதால் விடியற்காலையில் வாசிக்கும் பண் மருதப்பண் என்பது பெறப்படுகின்றது.

இன்குரல் சீறியாழ் இடவயின் தழீஇ
நைவளம் பழுநிய நயம் தெரி பாலை (சிறு. 35–36)

பொற்கம்பியினையொத்த முறுக்கு அடங்கின நரம்பினது இனிய ஓசையையுடைய சிறிய யாழை இடப்பக்கத்தே தழுவி நட்டப்பாடை என்னும் பண்ணைப் பாலை யாழில் வாசித்தலில் வல்ல பாணன் என்று சிறுபாணாற்றுப்படைக் கூறுகின்றது.

இங்கு இரு செய்திகள் பெறப்படுகின்றன. பாலையாழில் நட்டப்பாடை என்னும் பண் வாசிக்கப்பட்டதும், யாழினை இடப்பக்கத்தில் தழுவி வாசித்தனர் என்பதும் இங்கு நோக்கத்தக்கது. மேலும் செவ்வழிப் பண் மற்றும் மருதப் பண் ஆகியன யாழில் இசைக்கப்பட்டதும் மாலையில் செவ்வழிப்பண்ணும் விடியற்காலையில் மருதப்பண்ணும் இசைக்கப்பட்டதும் இலக்கியம் வழி அறியப்படுகின்றது. நட்டப்பாடை என்னும் பண் பாலையாழில் வாசிக்கப்பட்டதும் சுட்டப்படுகின்றது.

யாழின் ஒப்புமை

யாழிசை வண்டின் இன்னிசையோடும் தலைவியின் குரலோடும் இலக்கியங்களில் ஒப்புமைப்படுத்தப்படுகின்றது. தலைவியின் குரல் யாழிலிருந்து பெறப்படும் இனிமையான இசையினைப் போன்றது எனச் சுட்டப்படுகின்றது.

பல் இதழ் மென் மலர் உண்கண் நல்யாழ்
நரம்பு இசைத்தன்ன இன்தீம் கிளவி (அகம்.109:1–2)

நயவன் தைவரும் செவ்வழி நல்யாழ்
இசைஓர்த் த ன்ன இன்தீம் கிளவி (அகம். 212:6)

தலைவியின் குரல் நல்ல யாழின் நரம்பு இசைத்தாற் போன்ற இனிமையுடையது என்று காட்டுகின்றது.

யாழின் இசை வண்டின் இன்னிசையோடும் ஒப்பு நோக்கப்படுகின்றது.

மலைப் பூஞ்சாரம் வண்டு யாழ் ஆக (அகம்.82:6)

மலைச்சாரலிடத்தே பூக்களைக் குடையும் வண்டின் ஒலி யாழ் இசையாகக் கானகத்தில் விளங்கின என்று மேற்சுட்டப்பட்ட பாடல் கூறுகின்றது.

யாழ் இசைப் பறவை இமிர, பிடிபுணர்ந்து
வாழை அம் சிலம்பில் துஞ்சும் நாடன்
(அகம்.332:8–9)

யாழின் இசைப்போன்று வண்டுகள் ஒலி செய்கின்றன என்பது பெறப்படுகின்றது.

யாழ் வண்டின் கொளைக்கு ஏற்ப
கலவம் விரித்த மட மஞ்ஞை
நிலவு எக்காப் பலபெயர (பொரு. 211–213)

யாழிசைப் போன்று பாடும் வண்டுகளின் இன்னிசைக் கேட்டு அவ்விசைக்குப்

பொருந்தும்படி எக்கர்மணலின் மேலே மயில்கள் அவ்விசைக்குப் பொருந்தும்படி தோகையை விரித்து ஆடுகின்றன என பொருநராற்றுப்படை யாழின் இசையோடுவண்டின் இன்னிசையை ஒப்பு நோக்கிக் காட்டுகின்றது.

யாழின் வகைகள்

நால் வகையான யாழினை இலக்கியங்கள் காட்டுகின்றன. சங்கம் முதல் சிலப்பதிகாரம், மணிமேகலை, சீவகசிந்தாமணி ஆகியவற்றிலும் யாழ் நான்கு வகையாகவே குறிக்கப்படுகின்றன. சிலப்பதிகார உரையாசிரியர் அடியார்க்கு நல்லார் யாழின் வகைகளை விரிவாகக் கூறுகின்றார். அவை பேரியாழ், மகரயாழ், சகோடயாழ், செங்கோட்டியாழ் என்பன.

இவை நான்கும் பெரும்பான்மையாக வரும் எனவும் சிறுபான்மையாக வருவனவும் உள எனவும் புலப்படுத்தப்படுகின்றது.

பேரியாழ் பின்னுமகரஞ் சகோடமுடன்
சீர் பொலியுஞ் செங்கோடு செப்பினார்
தார்பொலிந்து மன்னுந் திருமார்ப
வண்கூட கோமானே பின்னுமுளவே பிற (சிலப்.ப.100)

இந்நால்வகை யாழிற்கும் நரம்பு சுட்டுமிடத்து பேரியாழிற்கு இருபத்தொன்றும், மகரயாழிற்குப் பத்தொன்பதும் சகோடயாழிற்குப் பதினாலும் செங்கோட்டியாழிற்கு ஏழும் காட்டப்படுகின்றது.

ஒன்றுமிருபது மொன்பதும் பத்துடனே
நின்றபதி நான்கும் பின்னேழும் குன்றாத
நால்வகை யாழிற்கு நன்னரம்பு சொன்முறையே
மேல்வகை நூலோர் விதி (சிலப்.ப.100)

யாழின் உறுப்பினையும் சிலப்பதிகார உரையாசிரியர் அடியார்க்கு நல்லார் எடுத்தியம்புகின்றார்.

கோட்டின தமைதியும் கொளுவிய வாணிபம்
ஆட்டிய பத்தரின் வகையு மாடகமும்
தந்திரி யமைதியுஞ் சாற்றிய பிறவு
முந்திய நூலின் முடிந்த வகையே (சிலப்.ப.100)

கோடு, பத்தர், மாடகம் தந்திரி ஆகிய உறுப்புகள் யாழின் உறுப்புகளாக காட்டப்படுகின்றன.

சிலப்பதிகார உரையாசிரியர் குறிப்பிட்டுள்ள யாழின் வகைகள் சங்க இலக்கியமான பத்துப்பாட்டில் இடம்பெற்றுள்ளதை அறிய முடிகின்றது.

இடனுடை பேர்யாழ் முறையுளிக் கழிப்பி
கடன் அறி மரபின் கைதொழூஉப் பழிச்சி
நின்நிலை தெரியா அளவை அந்நிலை (பெரும். 462–464)

நின் இடப்பக்கத்தே தழுவிக் கிடக்கின்ற பேரியாழை இயக்குமுறையான் இயக்கி என்று பேரியாழ் காட்டப்படுகின்றது. பேரியாழ், மகரயாழ், சகோடயாழ், செங்கோட்டியாழ் என்னும் நால் வகை யாழுள் பேரியாழ் கூறப்படுவது நோக்கத்தக்கது.

யாழின் நால்வகைகளுள் பேரியாழ் வாசித்த பாணர் பெரும்பாணர் என்றும், செங்கோட்டியாழாகிய சீறியாழ் வாசித்த பாணர் சிறுபாணர் என்றும் இரு பிரிவினரை இலக்கியம் சுட்டுகின்றது. யாழ் வாசித்த முறைமையின் அடிப்படையில் பாணர்களில் இரு பெரும் பிரிவினர் இருந்தமை புலப்படுகின்றது.

விளரி நரம்பின் நயவரு சீறியாழ் (அகம்.279:11)

விளரி என்னும் நரம்பினையுடைய இனிமைக் கொண்ட சிறிய யாழின் இசையினை அகநானூறு எடுத்தியம்புகின்றது. மேற்காட்டப்பட்ட நால்வகை யாழுள் செங்கோட்டியாழ் என்பதே சீறியாழாக அகநானூற்றில் கூறப்படுகின்றது. ஏழு நரம்புகளைக் கொண்டதாகச் செங்கோட்டியாழ் காட்டப்படுகின்றது. ஆகவே அவ் யாழே சிறிய யாழாக இருக்க வாய்ப்புண்டு. மேலும் யாழ் நூலாசிரியர் விபுலாநந்த அடிகளாரும் செங்கோட்டியாழினை சிறிய யாழ் என்றே குறிப்பிடுகின்றார்.

விளரி என்னும் நரம்பின் இசையினைக் குறிப்பிடுகின்றது அகநானூறு அஃது யாதெனில் ஏழு சுவரங்களான ச,ரி,க,ம,ப,த,நி என்பன தமிழில் இளி, விளரி, தாரம், குரல், துத்தம், கைக்கிளை, உழை என்று குறிப்பர். இதில் விளரி எனும் ரிஷப இன்னிசையாக அவ் யாழின் நரம்பு இசைக்கப்பட்டது என்பதனையே அகநானூற்று ஆசிரியர் குறிப்பிடுவதாகக் கொள்ளலாம்.

யாழின் அமைப்பு

யாழின் அமைப்பையும் அதன் உறுப்புகளையும் பத்துப்பாட்டு எவ்வாறு எடுத்தியம்புகின்றது என்பதனைக் காணலாம். பாலை யாழ், சீறியாழ், பேரியாழ் எனும் மூவகை யாழின் அமைப்பும் அதன் உறுப்பும் சங்க இலக்கியமான பத்துப்பாட்டில் சுட்டப்படுகின்றது. பெரும்பாணாற்றுப்படையும் மலைபடுகடாமும் பேரியாழின் அமைப்பினை குறிப்பிடுகின்றன. சிறுபாணாற்றுப்படை சீறியாழ் எனும் செங்கோட்டியாழின் அமைப்பினை விளக்குகின்றது. பொருநராற்றுப்படை பாலையாழின் அமைப்பினை விளக்குகின்றது.

ஈரேழ் சகோடமும் இடநிலைப் பாலையும்

(சிலம்பு நாடுகாண காதை)

என்று சிலப்பதிகாரம் குறிப்பிடுவதிலிருந்து பாலை யாழினை சகோட யாழாகக் கொள்ளலாம் என்பது பெறப்படுகின்றது.

குளப்புவழி அன்ன கவடுபடு பத்தல்
விளக்குஅழல் உருவின் விசிஉறு பச்சை
எய்யா இளஞ்சூற் செய்யோள் அவ்வயிற்று
ஐதுமயிர் ஒழுகிய தோற்றம் போல
பொல்லம் பொத்திய பொதியுறு போர்வை
அளைவாழ் அலவன் கண்கண் டன்ன
துளைவாய் தூர்ந்த துரப்புஅமை ஆணி
எண்நாள் திங்கள் வடிவிற்று ஆகி
அண்நா இல்லா அமைவரு வறுவாய்
பாம்பு அணந்தன்ன ஓங்குஇரு மருப்பின்
மாயோள் முன்கை ஆய்தொடி கடுக்கும்,
கண்கூடு இருக்கைத் திண்பிணித் திவவின்
ஆய்தினை யரிசி அவையல் அன்ன
வேய்வை போகிய விரலுளர் நரம்பின்
கேள்வி போகிய நீள்விசித் தொடையல்
மணம்கமழ் மாதரை மண்ணி யன்ன
அணங்கு மெய்ந்நின்ற அமைவரு காட்சி
ஆறுஅலை கள்வர் படைவிட அருளின்
மாறுதலை பெயர்க்கும் மருவுஇன் பாலை (பொரு.4–22)

பாடினியின் கையில் ஏந்தியுள்ளது பாலை யாழ். பத்தல், போர்வை (தோல்) ஆணி, பத்தரின் வாய், தண்டு, வார்க்கட்டு(திவவு), நரம்பு ஆகிய உறுப்புகள் பாலை யாழின் உறுப்புகளாகக் காட்டப்படுகின்றன. இவ்வுறுப்புகள் அனைத்திற்கும் ஓர் அழகான உவமையைக் கூறுகிறார் ஆசிரியர். யாழின் பத்தலுக்கு மான்குளம்பு பதிந்த சுவடு உவமை; விளக்கின் சுடரிலிருந்து எழும் பச்சை நிற ஒளி பத்தரின் மேல் போர்த்தப்பட்ட தோலின்

நிறத்திற்கு உவமை; பத்தரின் இருமருங்கும் முடுக்கப்பட்ட ஆணிகளுக்கு நண்டின் கண்கள் உவமை; பத்தரின் வாய்க்கு எண்ணாள் திங்கள் (அமாவசை) உவமை; யாழின் கருநிறம் அமைந்த தண்டிற்குத் தலையெடுத்து உயர்ந்த கரும்பாம்பு உவமை; யாழின் நரம்பிற்கு நன்கு குத்தப்பட்ட தினை அரிசி உவமை; யாழின் முழுத் தோற்றத்திற்கு நன்கு ஒப்பனை செய்யப்பட்ட மணமகள் உவமையாகக் காட்டப்படுகின்றது.

பைங்கண் ஊக்கம் பாம்பு பிடித்தன்ன
அம்கோட்டுச் செறிந்த அவிழ்ந்துவீங்கு திவவின்
மணிநிரைத் தன்ன வனப்பின் வாய் அமைத்து
வயிறுசேர்பு ஒழுகிய வகை அமை அகளத்து
கானக் குமிழின் கனிநிறம் கடுப்ப
புகழ்வினைப் பொலிந்த பச்சையொடு தேம்பெய்து
அமிழ்து பொதிந்து இலிற்றும் அடங்குபுரி நரம்பிம்
பாடுதுறை முற்றிய பயந்தெரி கேள்விக்
கூடுகொள் இன் இயம் (சிறு.221–229)

யாழின் தண்டு, வார்க்கட்டு (திவவு) பத்தர், பத்தரின் மேல் போர்த்த தோல் ஆகிய உறுப்புகள் செங்கோட்டியாழின் உறுப்புகளாகச் சிறுபாணாற்றுப்படைக் கூறுகின்றது. இங்கு குமிழம்பழத்தின் நிறத்தினை போன்றது யாழின் மீது போர்த்தப் பட்ட தோல் என்று உவமை கூறப்படுகின்றது. குமிழம்பழமும் பச்சைநிறமுடையது.

அகல் இரு விசும்பின் பாய் இருள் பருகி
பகல்கான்று எழுதரு பல்கதிர்ப் பருதி
காய்சினம் திருகிய கடுந்திறல் வேனில்
பாசிலை ஒழித்த பராஅரைப் பாதிரி
வள் இதழ் மாமலர் வயிற்றிடை வகுத்ததன்
உள்ளகம் புரையும் ஊட்டுறு பச்சை
பரியரைக் கமுகின் பாளைஅம் பசும்பூக்
கருஇருந்தன்ன கண்கூடு செறிதுளை
உருக்கி யன்ன பொருத்துறு போர்வை
சுனைவறந் தன்ன இருள்தூங்கு வறுவாய்
பிறைபிறந் தன்ன பின் ஏந்து கவைக்கடை
நெடும்பணைத் திரள்தோள் மடந்தை முன்கைக்
குறுந்தொடி ஏய்க்கும் மெலிந்துவீங்கு திவவின்
மணிவார்ந்தன்ன மாஇரு மருப்பின்
பொன்வார்ந் தன்ன புரி அடங்கு நரம்பின்
தொடை அமை கேள்வி இடவயின் தழீஇ (பெரும். 1–15)

பருத்த அடி, போர்த்தப்பட்ட தோல், செறிந்த துளை, வறுவாய், கவைக்கடை, வார்க்கட்டு (திவவு) தண்டு, நரம்பு ஆகிய உறுப்புகளை உடையது பேரியாழ் என பெரும்பாணாற்றுப்படை காட்டுகின்றது. இங்கு போர்த்தப்பட்ட தோல் பாதிரி மலரின்

உள்ளிடத்தின் நிறமான பச்சை நிறம் உவமையாகக் காட்டப் பட்டுள்ளது. நரம்பு பொன்னை உருக்கி வார்த்த கம்பி போன்ற முறுக்கு அடங்கின நரம்பு என உவமைக் கூறப்பட்டுள்ளது.

தொடித் திரிவு அன்ன தொண்டு படு திவவின்
கடிப்புகை அனைத்தும் கேள்வி போகா
குரல் ஓர்த்துத் தொடுத்த சுகிர்புரி நரம்பின்
அரலை தீர உரீஇ வரகின்
குரல் வார்த்தன்ன நுண் துளை இரீஇ
சிலம்பு அமை பத்தல் பசையொடு சேர்த்தி
இலங்கு துளை செறிய ஆணி முடுக்கி
புதுவது புனைந்த வெண்கை யாப்பு அமைத்து
புதுவது போர்த்த பொன்போல் பச்சை
வதுவை நாறும் வண்டுகமழ் ஐம்பால்
மடந்தை மாண்ட நுடங்கு எழில் ஆகத்து
அடங்கு மயிர் ஒழுகிய அவ்வாய் கடுப்ப
அகடு சேர்பு பொருந்தி அளவினில் திரியாது
கவடு படக் கவைஇய சென்று வாங்கு உந்தி
நுணங்கு அரம் நுவறிய நுண்நீர் மாமை
களங்கனி அன்ன கதழ்ந்து கிளர் உருவின்
வணர்ந்து ஏந்து மருப்பின் வள் உயிர்ப் பேரியாழ்

(மலை.21–37)

வார்க்கட்டு (திவவு), நரம்பு, ஆணிகள், பத்தர், போர்த்தப்பட்ட போர்வை, மருப்பினையும் உடையது பேரியாழ் என்று மலைபடுகடாம் கூறுகின்றது. சங்க காலத்தில் சீறியாழும், பேரியழும் குறிப்பிடப்பட்டிருக்கின்றன. மகரயாழ் சிலப்பதிகாரம் மணிமேகலை, சீவக சிந்தாமணி ஆகிய காப்பியங்களில் குறிக்கப்பட்டுள்ளன. ஆகவே மகரயாழ் பிற்காலத்தைய வளர்ச்சி நிலை எனக் கொள்ளலாம்.

யாழும் வீணையும்

சங்க காலத்தில் நரம்பு இசைக் கருவியாக யாழ் மட்டுமே இடம்பெற்றிருந்தன என்பதனை இலக்கியச் சான்றுகள் எடுத்துக்காட்டுகின்றன. யாழும் வீணையும் ஒன்றெனக் கருதும் காலம் வளர்ச்சி நிலையில் உருவானது என்று கூறலாம். சிலப்பதிகாரத்தில் ‘நாரதன் வீணைநயந்தெரி பாடலும்’ என வரும் அடிகளுக்கு அடியார்க்கு நல்லார் உரை கூறும்போது வீணையை யாழ் என்றே குறிப்பிடுகின்றார். சிலப்பதிகார ஆசிரியர் இளங்கோவடிகள் வீணை என்று குறிப்பிட்டதை அதற்கு மிக பிற்பட்ட காலத்தவரான அடியார்க்கு நல்லார் யாழ் என்று குறிப்பிடுவதிலிருந்து இவை இரண்டும் ஒன்றிற்கு ஒன்று அதிக வேறுபாடு இல்லாத நரம்பிசைக் கருவி எனக் கொள்ளலாம்.

கி.பி. ஒன்பதாம் நூற்றாண்டைச் சார்ந்த சீவக சிந்தாமணியின் ‘வீணை என்ற யாழையும் பாட்டையு’ என்ற அடி யாழும் வீணையும் ஒரே இசையினைத் தரக்கூடியன எனறே பொருள் தருகின்றது. ‘வெள்ளிமலை வேற்கண்ணாளைச் சீவகன் வீணை வென்றான்’ என்ற அடிக்கு உரை எழுதிய ஆசிரியர் சீவகன் கந்தருவதத்தையை யாழும், பாட்டும் வென்றான் என்று குறித்துள் ளார். ஆகவே யாழே வீணை என்று குறிக்கப்பட்டு பிற்காலத்தில் தனி இசைக் கருவியாக வளர்ந்தது என்பதனை அறிய முடிகின்றது.

சங்க இலக்கியங்கள் பல்வேறு வகையான யாழினைப் பற்றி விளக்கியிருப்பினும் யாழின் அமைப்பு குறித்த படங்கள் நமக்கு கிடைத்தில. சங்க இலக்கியங்கள் குறிப்பிட்ட யாழின் அமைப்பு கோயில்களில் அமைக்கப்பட்டுள்ள சிற்பங்கள் வழியே அடுத்த தலைமுறைக்கு அறிய கிடைத்தன என்று கூறலாம். இதன் தொடர்ச்சியாகக் காப்பியங்களிலும் பக்தி இலக்கியத்திலும் உரை ஆசிரியர்களால் யாழின் அமைப்பு படத்தோடு விளக்கப்பட்டிருந்தன. பிற்காலத்தில் இசையில் ஏற்பட்ட பல்வேறு மாற்றங்கள் இசைக்கருவியான யாழிலும் தொடரப்பட்டு வீணையாக உருமாறியிருக்கலாம் எனத் தோன்றுகிறது. வீணையும் யாழும் தோற்றத்தில் மாறுபட்டிருப்பினும் அவ்விரண்டும் நரம்பு இசைக் கருவி என்பதும் அதன் நாதம் அடிப்படையில் ஒன்றாக இருப்பதும் இவ்வெண்ணத்தை ஏற்படுத்துவதில் தவறேதும் இல்லை. எனவே யாழின் மீட்டுருவாக்கமே வீணை எனும் தர்க்க கருத்து இங்கு முன்வைக்கப்படுகிறது.

இலக்கியம்

11. தோழியின் இருப்பும் மொழியும்

(திருவாரூர் அரசு கலைக் கல்லூரியில் நடைபெற்ற தேசியக் கருத்தரங்கில் வாசிக்கப்பெற்ற கட்டுரை, 2015)

இலக்கியங்கள் பதிவுசெய்த சமூக பின்புலத்திலிருந்து தான் இன்று வரை ஆய்வு மேற்கொள்ளப்பட்டு வருகின்றன. பதிவுசெய்யப்படாத பக்கங்கள் சிலரால் கேள்விக்குட்படுத்தப்படின் அவை கேள்வியாகவே நின்று விடும் ஆய்வுச் சூழலே இன்று நிலவுகின்றது. இதனை தவிர்த்து பல்வேறு கோணங்களில் சங்க இலக்கியத்தை ஆய்வு செய்வது இன்றியமையாததாகிறது. அவ்வகையில் சங்க இலக்கியம் உணர்த்தும் தோழியின் இருப்பும் மொழியும் குறித்து இங்கு ஆராயப்படுகின்றது.

சங்க இலக்கியங்களில் தலைவன் தலைவி பேசப்படும் அளவிற்குத் தோழியின் பாத்திரமும் பெரிதளவில் பேசப்படும் பாத்திரமாக இருப்பது தெள்ளத்தெளிவு. ஆனால் அவளது அனைத்து நுட்பங்களும் வெளிப்படையாக இலக்கியங்களில் காட்டப்பட்டுள்ளனவா எனில் இல்லை என்றே கூற வேண்டும். தலைவியின் உணர்வுகளை மொழிபெயர்க்கவும் தலைவன் தலைவியிடையே தூதாகச் செல்வதற்கும் தோழி எனும் பாத்திரம் படைக்கப்பட்டுள்ளது. தோழியின் திறம், ஆளுமை, மதிநுட்பம் போன்றவை குறித்து இலக்கியங்கள் காட்டத் தவறி விட்டன என்றே கூற வேண்டும். அவளுடைய திறம் குறித்த

சிந்தனை வெளிப்படுத்தப்படவில்லை. தோழியின் திறத்தினை இலக்கியங்களில் நுணுகி ஆய்ந்தால் மட்டுமே வெளிப்படும் தன்மை நிலவுகின்றது.

சங்க இலக்கியம் காட்டும் தோழியின் அறிவும் திடமும் புறநானூற்றில் கூறப்படும் புலவர்களோடு வைத்து ஒப்பிட்டு நோக்கத்தக்கது. மன்னனை நல்வழிப்படுத்தவும், தடுத்து அறிவுரைகள் கூறவும் மன்னனோடு எதிர் உரையாடல் கொள்ளவும் மாற்றுக் கருத்துரைக்கவும் புலவர்களால் முடிந்தது. அதே நிலையில் இருந்து தோழியும் செயல்படுகிறாள் என்பது உய்துணரப்பட வேண்டிய கருத்து.

மன்னனை நெறிப்படுத்த புலவன் மேற்கொள்ளும் நுட்பங்களைத் தாண்டி தோழி தலைவியிடத்தில் பல நுட்பங்களைக் கூறும் வல்லமைப் படைத்தவளாக இருக்கின்றாள். அது மட்டுமின்றி மன்னனுக்கும் புலவனுக்கும் இருக்கும் உறவு அல்லது உரிமை என்பது வரையறுக்கப்பட்ட எல்லைக்குள் அடங்கியதாக உள்ளது. ஆனால் தோழி தலைவியின் அந்தரங்கம் முழுதும் அறிந்த ஆளுமையாகத் திகழ்கிறாள். தலைவியின் உள்ளார்ந்த உணர்வுகளின் வடிகாலாகவும் தலைவன் தலைவி இருவரையும் நெறிப்படுத்தும் ஆற்றல் மிக்கவளாகவும் விளங்குகிறாள். எனவே தோழியின் ஆளுமைத்திறனை மறுக்கட்டமைத்தல் இன்றியமையாதது.

தோழன் எனும் பாத்திரம் இலக்கியங்களில் விடுபட்ட பாத்திரமாகவே உள்ளது. பாணன் பற்றிய குறிப்புகள் சில இடங்களில் காணப்பட்டாலும் பாணன் தலைவனின் நெருங்கிய தோழனாகக் காட்டப்படவில்லை. எனவே தோழனின் பாத்திரத்தையும் தாங்கி நிற்க வேண்டிய ஆளுமைப் பெற்றவளாகத் தோழி திகழ்கிறாள்.

அறத்தொடு நிற்றல்

அறத்தொடு நிற்றல் என்பது தலைவன் தலைவியரிடையே தோன்றிய களவொழுக்கத்தினைப் பெற்றோர்க்குக் கூறி மணத்திற்கு ஏற்பாடு செய்வது. களவு கற்பாக மாற வேண்டியது அறமாதலின் அதனை உரியவரிடம் உரிய நேரத்தில் உரிய வகையில் வெளிப்படுத்தும் செயல் அறத்தொடு நிற்றல் எனப்பட்டது.

களவொழுக்கத்தினைச் செவிலித் தவறாக எண்ணாதபடி தலைவியின் நிலையினையும் தலைவன் தலைவியின் அன்பினையும் வெளிப்படுத்துவாள் தோழி.

அன்னாய் வாழி வேண்டு அன்னை நின்மகள்
பாலும் உண்ணான் பழங்கண் கொண்டு
நனிபசந்தளென வினவுதி அதன் றிறம்
யானும் தெற்றென உணரேன் மேனாள்
மலிபூஞ்சாரலென் தோழி மாரோ (அகம்.48)

தலைவியின் நிலைக்கான காரணத்தினை எடுத்தியம்புவது தோழியின் கடமையாகக் கூறப்படுகிறது. திணைப்புனம் காக்க செல்கையில் தலைவனைச் சந்தித்த சூழல், தங்களுக்கேற்பட்ட, பேராபத்தில் தலைவன் காத்தது, எனக் கூறி தலைவன் தலைவியின் களவொழுக்கத்தினை வெளிப்படுத்துவாள்.

உடன் போக்கு

தோழி அறத்தொடு நின்ற பின்பும் பெற்றோர், உறவினர் உடன்படாமையும் பிறவுமாகிய இடையூறுகள் நிகழ்ந்த போது தலைவியை அவள் உறவினர் அறியாவண்ணம் தலைவன் அழைத்து செல்கிறான். இந்த உடன்போக்குக்குத் தோழி துணை நிற்பாள். தலைவியை தலைவனுடன் அனுப்பிவிட்டு அவள் உறவுகளையும் சமூகத்தையும் தனியாளாய் எதிர் கொள்கிறாள் என்பதில் தோழியின் மனத்திடமும் உறுதியும் வெளிப்படுகிறது.

தலைவியின் மனநிலையையும் விருப்பத்தையும் உணர்ந்து தலைவனின் மனநலம் பண்பு, செல்வம், உறுதிப்பாடு ஆகியவற்றை ஆராய்ந்து தலைவியின் குடிக்கு பொறுத்தமானவன் எனும் தெளிவு பெற்றபின் தலைவியை உடன்போக்குச் செல்ல அனுமதிக்கிறாள் என்றே கூற வேண்டும். இதனைத் தோழி அறத்தொடு நிற்கும் நிலையில் செவிலித்தாயிடம் தலைவனின் குடிபிறப்பு ஆகியவற்றினை உயர்த்தி கூறுவதன் வழி உய்த்துணரலாம்.

பெருங்கடற் பரப்பில் சேயிறா நடுங்க கொடுந் தொழில்
முகந்த செங்கோல் அவ்வலை படுக்குவள்
அறன் இல்லியே (குடல் வாயில் கீர்த்தனார், நெய்தல், 60)

தலைவியை மணந்து கொள்ளும் கருத்தில்லாமல் களவொழுக்கமே விருப்பமுடையவனாய் தலைவன் தலைவியைக் காண்பதற்குப் பகற்குறியிடத்தே பலமுறை வந்து செல்கின்றான். அதனையறிந்த தோழி தலைவனைத் தனியாகச் சந்தித்து இவ்வொழுக்கத்தை அன்னை அறிந்தால் தலைவியை புறம்போகாது இரக்கமில்லாது இற்செறிப்பாள், பாதுக்காப்பினையும் செய்வாள், பகற்குறியிடத்து வராது, தலைவியை மணந்துகொள் என்று கூறுவாள். இது போன்ற பாடல்கள் தலைவி தலைவன் மற்றும் தோழி மூவருக்குமான நெருக்கத்தையும் ஒத்த மன ஓட்டத்தையும் காட்டுகிறது. ஊர் பெயர் தெரியாமல், ஐந்திணை கடந்து வரும் தலைவனையும்,

அவனது மன ஓட்டங்களையும் குணநலன்களையும் தோழி அறிந்து செயல்படுவது இங்கு சிந்தித்தற்குரியது.

மகிழ்நன் மார்பே வெய்யையால் நீ அழியல் வாழி தோழி
நன்னன் நறுமா கொன்று ஒப்பிட்டால் போக்கிய
ஒன்று ஒழிக கோசர் போல வன்கட்
சூழ்ச்சியும் வேண்டுமால் சிறிதே   (குறுந்.73)

தலைவனை பகலிலும் இரவிலும் வராமல் மறுத்து தலைவியை விரைவில் மணம் செய்து கொள்ள வற்புறுத்துகிறாள். தலைவியை களவொழுக்கம் கொள்ளும் தலைவனைத் தடுத்து வாயில் மறுத்து, விரைந்து தலைவியை மணம்முடிக்க வற்புறுத்தும் அதிகாரம் தோழிக்கு இருந்திருக்கிறது. பகற்குறியிலும் யாரும் அறியாமல் வந்து போகும் தலைவனின் போக்கை கண்டிக்கிறாள்.

அதே நேரத்தில் தலைவன் வருவதற்கான சூழலை முன்னமே உணர்ந்து, ஆற்றுப்படுத்துவதன் வழி தலைவியின் காதலுக்குத் துணை நிற்கிறாள். இது போன்ற இடங்களில் அவள் ஒரு தூதுவனுக்கு அல்லது ஒற்றனுக்கான நுட்பங்கள் பொருந்தியவளாக இருக்கிறாள். தலைவியின் வீட்டு சூழல், சுற்றியிருக்கும் காவல் சாத்தியங்கள் தலைவன் வரவிருக்கும் வழித்தடங்கள் முதலியவை குறித்த அறிவும், கவலையும் கவனமும் உடையவளாக இருக்கிறாள்.

வாயில் மறுக்கும் இடங்களில் தலைவன் பொருட்டு தலைவியோ தலைவி பொருட்டு தலைவனோ தோழியை கெஞ்சி அனுமதி பெறுவதும் நிகழ்ந்திருக்கிறது. இலக்கியங்கள் தலைவனை வீரம் பொருந்தியவனாக மதிநுட்பம் நிறைந்தவனாகவே காட்டுகிறது. அத்தகைய திறன் வாய்ந்த தலைவனுக்கு அறிவுரை கூறவும், எச்சரிக்கவும் தடுத்து நிறுத்தும் திறனும் தோழியிடம் காணப்படுகிறது.

இல்வாழ்வு

தலைவன் தலைவியின் இல்வாழ்விலும் தோழியின் ஆற்றலும் அறிவும் அவர்களுக்குத் துணையாகவே இருக்கிறது. தலைவனுக்கும் தலைவிக்குமான வாழ்க்கையை நெறிப்படுத்துவது ஊடலை தீர்த்து வைப்பது, தலைவன் பொருள்வயிற் பிரிந்து செல்லும்போது தலைவியை ஆற்றுப்படுத்துவது எனப் பல கடமைகள் தோழியினுடையதாகிறது.

ஓங்குபூ வேழத்துத் தூம்புடைத் திரன்கால்
சிறுதொழு மகளிர் அஞ்சனம் பெய்யும் பூக்கரல்
ஊரனை உள்ளிப் பூபோல் உன்கண்
பொன்போர்த்தனவே   (ஐங்.6)

தலைவி பரத்தையுடன் தங்கியிருக்கும் தலைவனை எண்ணி எண்ணிப் பூப்போன்ற கண்களும் பொலிவிழக்குமாறு பிரிவு துயரம் கொண்டு பசலையுற்றாள். இனி இவன் வந்து பெறப்போவது என்ன என்று கூறி வாயில் மறுக்கிறாள். தலைவன் வெட்கி நாணும்படியான வார்த்தைகளைக் கூறி அவனை தடுத்து நிறுத்துகிறாள். வாயிலாக வருபவர் பாணர், கூத்தர், விறலியோர் ஆகியோர். இவர்களுக்கு வாயில் மறுத்தலும் மறுத்தாள் போல நேர்தலும் தோழியின் செயலாகும்.

ஆற்றுவித்தல்

தலைவனைப் பிரிந்து தலைவி தனிமையில் தவிக்கும்போது அவளை ஆற்றியிருக்கச் செய்வது தோழியின் கடமையாகச் சங்க அக இலக்கியங்கள் காட்டுகின்றன. தோழி தலைவியை ஆற்றியிருக்கச் செய்யும் பாடல்களும் சங்க இலக்கியங்களில் பேரளவில் இருக்கின்றன.

நிறைதோர்த் தேடும் நெஞ்சமொரு
குறைந்தோர் பயன் இன்மையின் பற்றுவிட்டு
எள் அற இயற்றிய நிழல்காண் மண்டிலத்து
உள் ஊது ஆவியின் பைப்பய நுணுகி
மதுகை மாய்தல் வேண்டும்
பெரிது அழிந்து இதுகொல்
வாழிஇ தோழி என் உயிர் விலங்கு
வெங் கடு வளி எடுப்பத் துளங்கு மரப்
புள்ளின் துறக்கும் பொழுதே! (பாலை,71)

தலைவன் பொருள் வயிற் பிரிந்தான், பிரிவாற்றாது தலைவி வருந்தினாள், தலைவியை ஆற்றுவிக்கும் தோழி, 'நீ இவ்வாறு ஆற்றாது வருந்தினால் ஆற்றுவித்தற்கரிய யான் என் கடமையை ஆற்றவியலாது போகும். நீ உயிர் விடும் முன்னர் என் உயிர் தானே என் உடம்பினைத் துறந்து போவதற்குரிய காலம் வந்து விட்டது என்றே கருதுகிறேன்' எனத் தோழி, தலைவியை நோக்கி கூறியதாக அகநானூற்றுப் பாடல் விளக்குகின்றது. தலைவியை பெரும்பாலும் தோழி வழியாகத் தான் இலக்கியங்கள் வெளிப்படுத்துகின்றன.

அறிவுதிறன்

தோழி தன் நிலம் கடந்து போகும் வாய்ப்புகள், சாத்தியப் பாடுகள் குறைவு. இருந்தும் அவள் வெளிஉலக அறிவைப் பெற்றிருந்தாள்

நறுமா கொன்று ஞாப்பில் போக்கிய
ஒன்று மொழிக் கோசர் போல
வன்கட் சூழ்ச்சியும் வேண்டுமால் சிறிதே (குறுந். 73)

தலைவனைப் பகற்குறியிடத்தும் இரவுக் குறியிடத்தும் மறுத்தற்கு மனம் வருந்தும் தலைவியை ஆற்றுப்படுத்தும் தோழி நன்னனது நிகழ்வினை எடுத்துக்காட்டி கூறுவதாக இக்குறுந்தொகைப் பாடல் அமைகிறது.

உண்பவர்க்கு நீண்ட ஆயுளைத் தருவது என, நன்னன் என்ற குறுநில மன்னன் தன் நாட்டின் காவல் மரமாக ஒரு மாமரத்தை வளர்த்து வந்தான். காற்று வீசி, அம்மரத்திலிருந்து காய் ஒன்று, அருகில் ஓடிய ஆற்றில் வீழ்ந்தது. புனலாடுவதற்கு ஆற்றிற்குச் சென்ற கோசர் குலப்பெண் ஒருத்தி, அறியாமல் நீரில் அடித்து வரப்பட்ட அக்காயை உண்டனள். அப்பெண் செய்த தவற்றிற்காக நன்னன், 'ஒன்பதிற்று ஒன்பது' களிறுகளோடு அவள் நிறை பொன்னால் செய்யப்பெற்ற பாவையைக் கோசர் தந்தும் பெறாமல், அவளைக் கொன்றனன். இக்கொடுமையைப் பொறாத கோசர், தம் மகளின் இறப்பிற்குக் காரணமாகிய மாமரத்தை அழித்து, நன்னனையும் பழிவாங்க எண்ணினர். பாடல் மகளிர்க்குப் பெண் யானைகளைப் பரிசாக வழங்கும் அகுதை தந்தையிடம், அகவல் மகளிரைப் பரிசு பெறக் கோசர்கள் அனுப்பினர். அவர்கள் பரிசு பெற்றுத் திரும்புங்கால், அவ்யானைகளை நன்னனுடைய காவல் மரத்தில் பிணிக்குமாறு வேண்டினர். நன்னன் ஊரில் இல்லாத நாளில், அவ்யானைகள், மரத்தை வேரோடு சாய்த்து அழித்தன. ஊர் திரும்பிய நன்னன் இதனை அறிந்து போர் புரிந்தான். அப்போரில் கோசர்களால் நன்னன் கொல்லப்பட்டான். வஞ்சத்தினையுடைய கோசர் செய்த சூழ்ச்சியைப் போலத் துணிவுடன் ஆராய்ச்சியும் சிறிது வேண்டும். எனவே, தலைவனைப் பகலிலும், இரவிலும் மறுத்ததற்கு நீ வருந்தாதே என்று தோழி தலைவியை ஆற்றுவிப்பதாக இப்பாடல் அமைந்துள்ளது.

மற்றொரு செய்தியாகத், தலைவன் பரத்தையரில் ஒரு குறுமகளை மணந்து கொண்ட செய்தி, அஃதை தந்தை சோழன் இருபெரு வேந்தரை வென்ற போர்க்களத்து, அவரது களிறுகளைக் கவர்ந்த பொழுது எழுந்த ஆரவாரம் போல விளங்கிற்று என்று கூறி தலைவனுக்குத் தோழி வாயிற் மறுப்பதாக அகநானூற்றில் அமைந்துள்ள பாடலினைக் குறிப்பிடலாம்.

ஒண் தொடி ஆய்த்துள்ளும் நீ நயந்து
கொண்டனை என்ப ஓர் குறுமகள் – அதுவே
செம்பொற் சிலம்பின், செறிந்த குறங்கின்
அம் கலுழ் மாமை, அஃதை தந்தை
அண்ணல் யானை அடுபோர்ச் சோழர்
வெண்ணெல் வைப்பின் பருவூர்ப் பறந்தலை
இருபெரு வேந்தரும் பொருது களத்து ஒழிய

ஒளிறு வாள் நல் அமர்க் கடந்த ஞான்றை
களி று கவர் கம்பலை போல
அலர் ஆகின்றது, பலர் வாய்ப்பட்டே (அகம்.96)

அஃதையின் தந்தையாகிய தலைமை பொருந்திய யானையையும், வெல்லும் போரினையும் உடைய சோழன், இருபெரும் வேந்தரான சேர பாண்டியருடன் வெண்ணெல் விளையும் இடங்களையுடைய பரூவூர்க் களத்தே போரிட்டான். அப்போரில் இருபெரும் வேந்தரும் களத்திலேயே இறந்துவிட்டனர். அவ்வேந்தர்களின் களிறுகளைச் சோழன் கவர்ந்த பொழுது எழுந்த ஆரவாரம் போல தலைவனின் செயல் பலராலும் பேசப்பட்டு அலராக எழுந்தது.

இச்செய்திகளைத் தோழி வழியாக வெளிப்படுத்தி தோழியின் அறிவுத் திறனைச் சங்க இலக்கியங்கள் வெளிப்படுத்தி நிற்கின்றன. இது போன்ற வரலாற்றுச் செய்திகளை முன்வைக்கும் தோழியின் கல்வியறிவு குறித்து கேள்வி எழவே செய்கிறது. தலைவியுடனே எப்போதுமிருக்கும் தோழி, எவ்வாறு, எங்ஙனம் இத்தகைய செய்திகளைக் கேள்விப்பட்டிருப்பாள். தலைவியின் உலகம் தாண்டி அவளுக்கென்று ஒரு வெளி இருப்பது இதன் வழி விளங்கும். அங்கு அவள் செவிவழி கேள்வியுற்றக் கதைகளை வாழ்க்கையின் ஓட்டத்திற்கேற்ப ஒப்புமைப்படுத்தும் சாதூர்யம் படைத்தவளாகத் திகழும் அவளது அறிவு திறன் போற்றற்குரிய ஒன்றே.

தலைவியும் தோழியும் ஒன்றாகவே வளர்க்கப்படுகிறார்கள். இருந்தும் ஐந்திணைகள் குறித்த தெளிவான அறிவை தோழி பெற்றிருப்பது புலப்படுகிறது. பறவைகள், விலங்குகள், பருவக்காலம், தாவரங்கள், தொழில், நிலம், ஆகியன குறித்த நுட்பமான அறிவினைப் பெற்றவளாகத் தோழி சுட்டப்படுகிறாள். வேற்று நிலத்திலிருந்து வருபவனாகத் தலைவன் காட்டப்படுகிறான். ஆயினும் அவன் நிலம் சார்ந்த அறிவு, அவனது சுற்றம், பண்பு அவன் கடந்து வரவிருக்கும் பாதையென எல்லா வடிவங்களையும் உணர்ந்தவளாகத் தோழி காட்டப்படுகிறாள்

இத்துணை அறிவுத்திறனும், அறிவு நுட்பமும் பெற்ற தோழியின் பிறப்பு அவளது சுற்றத்தார் குறித்த எவ்வித விளக்கமும் கூறப்படவில்லை. இந்த புறத்தைத் தாண்டி அவளது அகம் முழுதாகவே இருட்டடிப்பு செய்யப்பட்டுள்ளது எனலாம்.

தலைவியுடனே சேர்த்து வளர்க்கப்படும் தோழி அதே வயதுடையவளாகவோ அல்லது ஓரிரு வயது அதிகமாகவோ குறைவாகவோ இருக்கவே வாய்ப்பிருக்கிறது. அவ்வாறிருக்க தலைவன் தலைவியின் களவு, கற்பு வாழ்க்கைக்கு

உறுதுணையாக நிற்கும் தோழியின் மன உணர்வு எங்கும் வெளிப்படுத்தப்படவில்லை. அவளது அக இருப்பு மறைக்கப்பட்ட பக்கங்களாகவே இருக்கின்றன. அவள் பிறப்பு, கல்விமுறை, வளர்ப்புச் சூழல், சுற்றத்தார் என எதைப் பற்றிய விளக்கமும் இலக்கியம் வழி அறிய முடியவில்லை. தலைவியின் உணர்விற்குப் பதிலியாய் காட்டப்படும் தோழியின் உணர்வினைச் சங்க இலக்கியங்கள் பிரதிபலிக்கவில்லை. தோழியின் அகம் இலக்கியங்களில் இருட்டடிப்புச் செய்யப்பட்டிருக்கின்றது. ஔவையார், அல்வெள்ளியார், அள்ளூர் நன்முல்லையார் போன்ற பெண்பாற் புலவர்களின் பாடல்களிலும் தோழி மறைக்கப்பட்டே இருக்கின்றாள் என்பதும் இங்கு கூர்ந்து நோக்கத்தக்கது.

12. சேக்கிழாரின் உவமை நயம்

அணி என்பதற்கு அழகு என்பது பொருள். செய்யுளில் அமைந்து கிடக்கும் சொல்லழகு, பொருளழகு முதலியவற்றை வரையறுத்துக் கூறுவது அணி இலக்கணம். தமிழில் பல்வேறு அணிகள் காலந்தோறும் வளர்ந்துள்ளன. 120க்கும் மேற்பட்ட அணிகள் தமிழில் வரையறுக்கப்பட்டிருப்பினும், இவற்றிற்கெல்லாம் தாயணியாக விளங்குவது உவமையணி. தமிழின் தொல் இலக்கணமானத் தொல்காப்பியம் ஓரணியை விளக்க உவமையியல் என ஓரியலே வகுத்திருப்பதன் மூலம் இதன் சிறப்பு தெற்றெனப் புலப்படும். பொருள் புலப்படுத்தும் கூறுகளுள் ஒன்றாகத் தொல்காப்பியரால் சுட்டப்பட்ட இவ்வுவமை பிற்காலத்தே பல்வேறு அணிகள் கிளைக்க அடிப்படையாயிற்று. இத்தகு சிறப்பு மிக்க 'உவமை' சேக்கிழாரால் எவ்வாறு ஆளப்பெற்றுள்ளது என்பதை ஈண்டு நோக்குவோம்.

உவமையணி

அணிகள் பலவற்றுள் உவமையே தலைசிறந்தது. பல்வேறு அணிகளின் பிறப்பிடமாகவும், அடிப்படையாகவும் விளங்குவது உவமையணியாகும். ஒரு பொருளின் தன்மையினை வேறொரு பொருளுடன் ஒப்புமைப்படுத்தி விளக்குவது உவமையணி. "உவமையிலாக் கலைஞானம் உணர்வரிய மெய்ஞ் ஞானம்" (பெரிய. திருஞான. பா.70) என்ற பெரிய புராணத் தொடரிலும் உவமை என்ற சொல் ஒப்பு என்ற பொருளில் பயின்று வந்துள்ளமையை அறியலாம்.

சேக்கிழார் தம் பெரிய புராணக் காப்பியத்தில் உவமையை அழகுற அமைத்து காப்பியத்தைச் சிறக்கச் செய்துள்ளார்.

சோழ நட்டின் சிறப்பினை விரித்துரைக்கத் தொடங்கிய அருண்மொழித் தேவர், அந்நாட்டினை வளர்க்குந் தாயாகிய காவிரியின் இயல்பினை திருநாட்டுச் சிறப்பில் சிறப்பித்துப் போற்றும்போது உவமையினை இயல்பாக விளக்கிச் செல்கிறார்.

சூரபன்மன் முதலிய அவுணர்களுக்கு அஞ்சிச் சீர்காழியை அடைந்து இறைவனை வழிபட்டிருக்கும் இந்திரன், தான் இறைவனுக்கென வைத்த நந்தவனம் நீரின்றி வாடியதனால் விநாயகப் பெருமானைக் குறையிரந்து வேண்டினான். அப்பொழுது அகத்திய முனிவர் தம் கமண்டலத்திலே ஆகாய கங்கையைக் கொண்டு தென்றிசை நோக்கிப் போந்தவர் சைய மலையில் தங்கினார். அந்நிலையில், விநாயகர் காகம் உருக் கொண்டு அவருடைய கமண்டலத்தைக் கவிழ்க்க, அதன் நீர் காவிரியாறாகப் பரந்து ஓடிச் சோழ நாட்டிற் புகுந்து இந்திரனது நந்தவனத்தைச் செழிக்கச் செய்தது எனக் காவிரியின் வரலாற் றினைக் கந்தபுராணம் புலப்படுத்தும்.

இங்ஙனம் அகத்திய முனிவரது கமண்டலத்திலுள்ள நீரே காவிரியாறாகப் பெருக்கெடுத்தது என்ற பழங்கதையினையுளங் கொண்ட சேக்கிழாரடிகள், கமண்டலத்தினின்றும் பெருகிய பெரு வெள்ளமாகிய காவிரியாறானது அழகிய நிலமகளின் பொன்மயமான மார்பில் அணியப் பெற்ற அழகிய முத்துமாலை யினை ஒத்து விளங்கிய தோற்றத்தினை

ஆதி மாதவமுனி அகத்தியன்தரு
பூதநீர்க் கமண்டலம் பொழிந்த காவிரி
மாதர் மண் மடந்தை பொன்மார்பில் தாழ்த்ததோர்
ஓதநீர் நித்திலத் தாமம் ஒக்குமால் (பெரிய. திருநாட்டு. 2)

எனவரும் பாடலில் அழகாகப் புனைத்துரைக்கின்றார்.

காவிரியாற்றின் ஒழுக்கத்திற்கு அளவற்ற அறங்களை ஆற்று கின்ற பெருங் கொடையினாலும் இறைவனின் இடப்பக்கத்தை ஆளுகின்ற உமையம்மையாளின் கருணையின் ஒழுக்கினை உவமை கூறிப் பின்வரும் பாடலில் விளக்குவார் சேக்கிழார்.

வண்ணநீள் வரைதர வந்த மேன்மையால்
எண்ணில்பேர் அறங்களும் வளர்க்கும் ஈகையால்
அண்ணல் பாகத்தை ஆளுடைய நாயகி
உள்நெகிழ் கருணையின் ஒழுக்கம் போன்றது

(பெரிய. திருநாட்டு. 6)

மணம் வீசும் மலர்களையும், நன்னீரையும் கொண்டு தம் செம்பொன் மணலையுடைய இருகரைகளிலும் அமைந்த எண்ணிலடங்கா சிவாலயங்களில் உள்ள இறைவனை இறைஞ்சிச்

செல்லுதலால் நீர் வற்றாத காவிரியாறு சிவனை ஒத்து விளங்கு கின்றது என்பார்.

எம்பிரானை இறைஞ்சலின் ஈர்ம் பொன்னி
உம்பர் நாயகர்க்கு அன்பரும் ஒக்குமால் (பெரிய. திருநாட்டு. 7)

என ஏதுவுவமை என்னும் அணிநலம் பொருந்தக் கூறினார்.

நெற்பயிர்கள் வளர்ந்து முற்றிய திறத்தினை அருண்மொழித் தேவராகிய சேக்கிழாரடிகள் நிலவுமெய் நெறியாகிய சிவநெறிபற்றி உவமங்காட்டி விளக்கும் முறையில், நெற்பயிர்கள் நீண்ட வயலிடத்தே ஓங்கி வளர்ந்து, தனக்கு நிகரற்று மிகுந்து, தூய்மை பொருந்திய கருவின் வளத்தை உடையனவாகிப் பின்னர் கரு முதிர்வதனால் பசலை நிறம் அடைந்து இலையாகிய சுருளை விரித்துச் சிவபெருமானுக்கு அன்பர்களின் மனம் போல கதிர்கள் மலர்ந்தன என்பதனைப் பின்வரும் பாடலின் வழி புலப்படுத்துவார்.

சாலி நீள் வயலின் ஓங்கித்
தந்நிகர் இன்றி மிக்கு
வாலிதாம் வெண்மை உண்மைக்
கருவின் ஆம் வளத்த ஆகிச்
சூல் முதிர் பசலை கொண்டு
சுருள்விரித்த அரனுக்கு அன்பர்
ஆவின் சிந்தைபோல
அலர்ந்தன கதிர்கள் எல்லாம் (பெரிய. திருநாட்டு. பா.21)

நெற்பயிர் விளைவிற்கும் இறையன்பர் சிந்தைக்கும் உள்ள ஒப்புமையினை சேக்கிழார் எடுத்தியம்புவது இங்கு நோக்கத்தக்கது.

அடியவர்கள் அணிந்துள்ள திருநீற்றின் ஒளி, அவ் அடியவர் களின் மனத்திலே நிறைந்த தூய்மை, உயிர்களைக் காக்க வல்லதாய் அவர்களின் திருவாக்கில் நின்றெழுகின்ற திருவைந்தெழுத்தின் ஒலி ஆகிய இச்செயல்களைப் பாற்கடலுக்கு உவமிக்கிறார் சேக்கிழார்.

அரந்தை தீர்க்கும் அடியவர் மேனிமேல்
நிரந்த நீற்று ஒளியால் நிறை தூய்மையால்
புரந்த அஞ்செழுத்து ஓலை பொலிதலால்
பகரந்த ஆயிரம் பாற்கடல் போல்வது

(பெரிய. திருக்கூட்ட. பா.3)

அடியவர்கள் பலராதலால் பாற்கடலுக்கு உவமித்து தம் சமயப்பற்றை மொழிகிறார்.

பசுவும் கன்றும்

சைவ சமயத்தில் பசுவிற்கோர் தனித்த இடம் உண்டு.

இதனை உணர்ந்த சேக்கிழார் பசுவினையும் கன்றினையும் உவமை வாயிலாகக் குறிப்பிடுவதனைக் நோக்கலாம்.

தடுத்தாட் கொண்ட புராணத்தில் நம்பியாரூரர், ஆண்டோம் என்று இறைவர் வானில் ஒலித்த ஒலியைக் கேட்டுத் தாய்ப்பசுவின் கனைப்பைக் கேட்ட கன்று போல் கதறிக் கை கால் முதலிய உடலெங்கும் புளகம் கொள்ள தலைமேல் கைகளைக் கூப்பி கொண்டு ‘மன்றினுள் பஞ்ச கிருத்திய நடனம் செய்யும் நும் செயலோ’ என்றார்.

என்று எழும் ஓசை கேளா
 ஈன்ற ஆன் கனைப்புக் கேட்ட
கன்று போல்கதறி நம்பி
 கர சரணாகதி அங்கம் (பெரிய. தடுத்தாட். பா.68)

இறைவனை தாய்ப்பசுவாகவும், ஆரூரைக் கன்றாகவும் இங்கு உவமிப்பது ஒப்பு நோக்கத்தக்கது.

கண்ணப்ப நாயனார் புராணத்தில் ‘கன்றை விட்டுப் பிரிந்த தலையீற்று ஆப்போல அலறுவார்’ என்பதனை

போதுவார் மீண்டு செல்வார்
 புல்லுவர் மீளப் போவர்
காதலின் நோக்கி நிற்பர்
 என்று அகல் புனிற்று ஆப் போல்வார்
(பெரிய. கண்ணப்ப. பா.112)

சேக்கிழார் உவமிக்குமிடம் ஈண்டு உணரத்தக்கது.

சிவபெருமான் அக்கரையில் உள்ளார் வன்தொண்டரோ எதிரில் இடையில் பெருவெள்ளம், வன்தொண்டருக்கோ சிவனைக்கண்டு வணங்கவேண்டும் என்ற பேரவா எனவே கதறுகிறார்; கன்றை ஈன்ற பசுவைப்போல். இதனை

கன்று தடையுண்டு எதிர் அழைக்கச்
கதறிக் கனைக்கும் புனிற்று ஆப்போல்
(பெரிய. கழற்றறிவார். பா.135)

என்ற கழற்றறிவார் நாயனார் புராணத்தில் சேக்கிழார் இயம்புவது இங்கு புலப்படத்தக்கது.

இலக்கியங்கள் உவமையினையே பெரும்பான்மை பயன்படுத்தி வருகின்றன என்பதற்கு சேக்கிழாரின் இக்காப்பியமும் சான்றாக அமைகின்றது எனில் மிகையில்லை. சேக்கிழார் உவமைகளை அமைக்கும் இயல்பு எவ்வாறு இருப்பினும் அவற்றின் இயல்பு சிவபெருமானைக் குறித்தோ, அடியவர்களைக் குறித்து முடிவதாகவோ அமைந்திருப்பது இங்கு குறிப்பிடத்தக்கது.

13. மணிமேகலையில் தருக்க முறை

(செம்மொழித் தமிழாய்வு மத்திய நிறுவனத்தோடு இணைந்து நாகர்கோவில், தென் திருவிதாங்கூர் இந்துக் கல்லூரித் தமிழ் உயராய்வு மையம் நிகழ்த்திய தேசியக் கருத்தரங்கில் வாசிக்கப்பெற்ற கட்டுரை, 2014)

சிலப்பதிகாரமும் மணிமேகலையும் இரட்டைக் காப்பியங்கள் என வழங்கப்பட்ட போதிலும் சிலப்பதிகாரம் அளவுக்கு மணிமேகலை குறித்த ஆய்வுகள் தமிழில் குறைவு எனில் மிகையில்லை. மணிமேகலைக் காப்பியத்தில் இடம்பெற்ற தருக்கவியல் குறித்த விவாதங்கள் இதற்கு மிக முக்கிய காரணம் எனலாம். மணிமேகலைக் காப்பியம் வெளிப்படையான பௌத்த சமயக் கட்டமைப்பைக் கொண்டதாக அமைந்துள்ளது. மணிமேகலைக் காப்பியத்தின் 27, 29, 30 ஆகிய காதைகள் நேரடியாகத் தருக்கவியல் குறித்த கருத்துகளைப் பேசுகின்றன. அவை முறையே சமயக் கணக்கர் தம் திறம் கேட்ட காதை, தவத்திறம் பூண்டு தருமங் கேட்ட காதை, பவத்திறம் அறுகென பாவை நோற்ற காதை ஆகியன.

சமயக் கணக்கர் தம் திறம் கேட்ட காதை வஞ்சி நகரில் மணிமேகலை பல்வகைச் சமயவாதிகளைக் கண்டு, அவரவர் சமயப் பொருட்களைக் கேட்டறிதலைக் கொண்டுள்ளது. அளவைவாதம், சைவவாதம், பிரம வைணவ வேத வாதங்கள், ஆசீவகம், நிகண்டவாதம், சாங்கியம், வைசேடிகம், பூதவாதம் ஆகியவை இவ்வியலில் பேசப்படுகின்றன. மணிமேகலை இவ்வியலில் மேற்கூறிய தருக்கவியல் போக்குகளை மறுக்கவில்லை. அவற்றை அவள்

கேட்டறிந்து கொண்டாள் என்ற அளவில் இவ்வியல் முடிவுக்கு வருகிறது. பூதவாதி குறித்த ஒரு விமர்சனம் தவிர பிற தத்துவங்களை "நன்றலவாயினும் நான் மாறுரைக்கிலேன்" (27:277) என்று கூறி அவள் அமைதி கொள்கிறாள்.

தவத்திறம் பூண்டு தருமங் கேட்ட காதை காஞ்சி மாநகரில் நடைபெறுவதாகக் காட்டப்படுகிறது. மணிமேகலை காஞ்சி மாநகரில் பௌத்த அறிஞராக அறிமுகப்படுத்தப்படுகிற அறவண அடிகளைக் கண்டு வணங்கி, 'அறமுரைத் தருள்க' எனக் கேட்டுக் கொள்கிறாள். இவ்வியலில் பௌத்த தருக்கவியல் கருத்துகள் விரிவாக எடுத்துரைக்கப்பட்டுள்ளன. இவ்வியல் முழுவதும் அறவண அடிகளின் சொற்களாலேயே அமைந்துள்ளது. மணிமேகலை அவரது உரையைக் கேட்பவளாக மட்டுமே உள்ளாள்.

நூலின் இறுதி இயலான பவத்திற மறுகெனப் பாவை நோற்ற காதை பௌத்த அறங்களை அறிவுறுத்தும் காதையாக அமைகிறது. பௌத்த சீலங்கள், நிதானங்கள், நால்வகை மெய்ம்மைகள், ஐவகை ஸ்கந்தங்கள் ஆகியவை விளக்கப்பட்டுள்ளன. அவற்றைக் கேட்டறிந்த மணிமேகலை தவத்திறம் பூண்டு மனத்திருள் அறுகென நோற்றனள் எனக் கூறி இவ்வியல் முடிவடைகிறது.

இம்மூன்று இயலிலும் கூறப்பட்ட கருத்துகளை விரிவாகப் பார்ப்பதற்கு முன் தருக்கவியல் என்றால் என்ன என்பதனை விளக்கமாகக் காண்போம்.

அளவை இயல்

அளவை இயல் என்பதை வடமொழியில் தருக்கம் என்று கூறுவர். பொதுவாக அளவை இயலை மேல்நாட்டு அளவை இயல், இந்திய அளவை இயல் என்று இரண்டு பெரும் பிரிவுகளாகப் பிரிக்கலாம்.

சொல்லிலக்கண முறைப்படி ஆங்கிலச் சொல்லாகிய 'Logic' என்பதனைத் தருக்கவியல் என்று கூறலாம். இது சிந்தனை, மொழி ஆகிய இரண்டினைப் பற்றிப் படிக்கும் ஒரு துறை என்னும் பொருளினைத் தருகின்றது. தமிழில் 'எண்' என்பது தருக்கம் என்று பொருள்படும் எனப் பரிமேலழகர் திருக்குறள் உரையில் கூறியுள்ளார். சிந்தனை செய்தல் என்பது ஆழ்ந்து முடிவுசெய்தல் என்று பொருள்படும். கொடுக்கப்பட்ட சில உண்மைகளிலிருந்து கொடுக்கப்படாத உண்மையைப் பெறுவதே சிந்தனையாகும்.

சான்றாக: வானத்தில் கருமேகம் சூழ்ந்திருப்பதைப் பார்த்து மழை வரும் என்று கூறுவது.

சிந்தனையின் மூலம் தான் உண்மையினை அறிதல்

முடியும். உண்மையினை அறிவதாலேயே அறிவு பெற முடியும். பெற்ற அறிவைப் பேணிக் காக்க மொழி தேவை. ஆகவே தான் அறிவுக்குச் சிந்தனையும் மொழியும் மிகத் தேவையானவை எனத் தருக்கவியலார் கூறுகின்றனர்.

சிந்தனை என்பது, கொடுக்கப்பட்ட சில கருத்துகள் (ideas) அல்லது கூற்றுகள் (Statements) ஆகியவற்றிலிருந்து ஒரு முடிவினைப் பெறுவது ஆகும். கொடுக்கப்பட்ட கருத்துகள் அல்லது கூற்றுகளுக்கு மேற்கோள்கள் (premises) என்றும், மேற்கோள்களிலிருந்து பெறப்பட்ட பிறிதொரு கூற்றுக்கு முடிவு (conclusion) என்றும் தருக்க இயலில் கூறுவர்.

சிந்தனை முறையில் இரண்டு பகுதிகள் உண்டு; ஒன்று மேற்கோள்கள், மற்றொன்று முடிவு. மேற்கோள்களிலிருந்து முடிவுக்குச் செல்லும் முறையே சிந்தனைமுறை அல்லது அனுமானம் எனப்படும்.

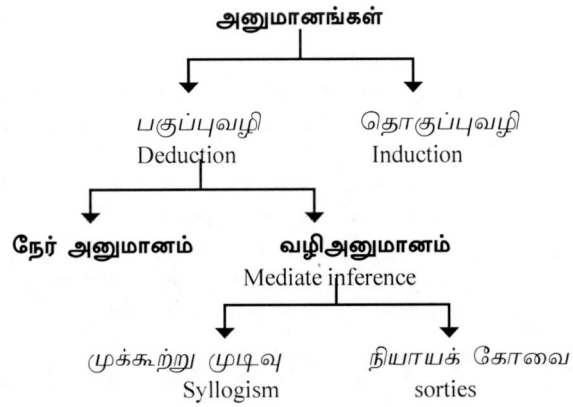

பகுப்புவழி அனுமானம்

1. எல்லா மனிதர்களும் இறப்பார்கள்
2. இராமன் ஒரு மனிதன்
3. ஆகவே இராமனும் இறப்பான்

மூன்றாவது கூற்று முடிவு ஆகும். முதல் இரண்டு கூற்றுகளும் மேற்கோள்கள் ஆகும். இங்கு மேற்கோளானது, முடிவினைத் தன்னகத்தே கொண்டுள்ளது. இவ்வாறு மேற்கோள், முடிவினைத் தன்னகத்தே கொண்டிருந்தால் அது பகுப்பு வழி அனுமானம் எனப்படும்.

தொகுப்பு வழி அனுமானம்

'மக்கள் தம் வாழ்வில் சண்முகம், ஜோசப்பு, இசுமாயில், இராதாமேரி ஆகிய அனைவரும் இறந்ததைப் பார்த்திருக்கின்றனர்'. இந்தத் தனிப்பட்ட மேற்கோள்களிலிருந்து 'எல்லா மனிதர்களும் இறப்பவர்கள்' என்ற கூற்றுப் பெறப்படுகின்றது. தனி நிகழ்ச்சியை மேற்கோளாகக் காட்டி ஒரு பொது உண்மையை முடிவாகப் பெறும் முறையே தொகுப்புவழி அனுமானம் எனப்படும்.

தருக்கவியல் அனுமானங்களைப் பெற்றிய அறிவியல் என்பதும், இது பகுப்புவழித் தருக்கவியல், தொகுப்புவழி தருக்கவியல் என இருவிதமாகப் பிரிந்துள்ளது என்பதும் தெரிய வருகின்றது.

பகுப்பு வழி அனுமானம், நேர் அனுமானம், வழி அனுமானம் என இரு வகைப்பட்டது. கொடுக்கப்பட்ட ஒரே ஒரு கருத்து அல்லது மேற்கோளிலிருந்து ஒரு முடிவுக்கு வருவது நேர் அனுமானம். எவ்வித ஒப்பீடும் இல்லாமல், கொடுக்கப்பட்ட ஒரு மேற்கோளிலிருந்து ஒரு முடிவுக்கு வருவதால் இதனை உடனடி அனுமானம் என்றும் கூறுவர்.

சான்று: ஓர் ஆசிரியர் வகுப்பிலுள்ள மாணவர்களைப் பார்த்து 'இந்தக் காலாண்டுத் தேர்வில் இராமன் என்கிற ஒரு மாணவன் மட்டுந்தான் வெற்றி பெறவில்லை' என்று கூறுவதாகக் கொண்டால் அதிலிருந்து உடனடியாக 'அந்த வகுப்பு மாணவர்கள் இராமனைத் தவிர அனைவரும் காலாண்டுத் தேர்வில் வெற்றிப் பெற்றுவிட்டதாக' ஒரு முடிவுக்கு வர முடியும்.

இது நேர் அனுமானம். இந்த நேர் அனுமானம் முறையான ஒன்று. ஆனால் எல்லா நேர் அனுமானங்களும் முறையானவை என்று கூறமுடியாது. சில நேர் அனுமானங்கள் தவறாக இருக்கலாம். தமிழர்கள் எல்லோரும் இந்தியர்கள் என்ற கூற்றிலிருந்து, ஒருவர் 'இந்தியர்கள் எல்லோரும் தமிழர்கள்' என்று முடிவிற்கு வந்தால் அது தவறான நேர் அனுமானமாகும்.

பட்டதாரிகள் எல்லோரும் படித்த மனிதர்கள்.

கல்லூரி ஆசிரியர்கள் எல்லோரும் பட்டதாரிகள்

ஆகவே, கல்லூரி ஆசிரியர்கள் எல்லோரும் படித்த மனிதர்கள் என்ற முடிவுக்கு வருவது வழி அனுமானம் ஆகும்.

இத்தருக்கவியல் கருத்துகளை அடிப்படையாகக் கொண்டு மணிமேகலைக் காப்பியம் விவரிக்கும் தருக்கவியல் கருத்துகளை காணலாம்.

மணிமேகலை வஞ்சிநகர்க்கண் சென்று பலவகைச் சமய வாதிகளையும் கண்டு, அவரவர் சமயப் பொருட்களைக் கேட்டு உணர்கிறாள். அளவைவாதி, சைவவாதி, பிரம வாதி, வைணவவாதி, வேதவாதி, ஆசீவகவாதி, நிகண்டவாதி, சாங்கியவாதி, வைசேடிகவாதி, பூதவாதி என பத்துவகைச் சமயவாதிகளின் கருத்துகளை மணிமேகலை கேட்டறிந்தாள்.

அளவைவாதி	—	பிரமாணவாதம் செய்பவன்
சைவவாதி	—	சைவ சமயக் கொள்கையை எடுத்து வாதிப்போன்
பிரமவாதி	—	உலகம் பிரமனிட்ட முட்டை என்று வாதிப்பவன்
வைணவவாதி	—	கடலின் நிறத்தை உடையவனாகிய விஷ்ணு புராணத்தை, அன்போடு ஓதிப் பயின்றவனாகிய வைணவவாதி தங்களுக்கு நாராயணனே இறைவன் என்று வாதிப்பவன்
ஆசிவகவாதி	—	பொருள்கள் எல்லையிலாதனவாதலின் அவற்றால் விளக்கமும் அறிவும் எல்லையிலாது விரிதலின் 'வரம்பில் அறிவன்' என்றான்
நிகண்டவாதி	—	சமணருள் ஒரு பகுதியினர். சமணச மயவாதியாவர்.
சாங்கியவாதி	—	கபிலரால் வெளிப்படுத்தப்பட்டதும் தத்துவங்கள் இருபத்தைந்து எனக் கணக்கிடுவதுமான ஒரு சமயம் சார்ந்தவன்
பூதவாதி	—	பூதவாத மதத்தவன்
உலகாயதம்	—	பொருள் முதல்வாதம் (Materialism)

அவர்கள் கூறிய அனைத்தையும் கேட்ட மணிமேகலை இவை அனைத்தும் அறமல்ல எனினும் நான் மறுத்து உரைக்க மாட்டேன் எனக் கூறுகிறாள்.

'நன்றல் வாயினு நான்மா றுரைக்கிலேன்' (மணி, 27: 281)

இச்சமயங்கள் அனைத்தையும் ஐவகைச் சமயங்களில் அடக்குகிறார் ஆசிரியர்

உள்வரிக் கோலமோ டுன்னிய பொருளுரைத்து
ஐவகைச் சமயமு மறிந்தன ளாங்கென் (மணி, 27: 288–289)

அளவை முதல் வேதவாதம் ஈறாகியவற்றை வைதிக வாதமென ஒன்றாகவும், ஆசீவகவாதம், நிகண்டவாதம் இரண்டையும் ஒன்றாகவும் ஏனைச் சாங்கியம், வைசேடிகம் பூதவாதத்தினை மூன்றாகவும் கொண்டு ஐவகைச் சமயமெனத் தொகுத்துரைக்கின்றார்.

1. உலகாயதம்
2. பௌத்தம்
3. சாங்கியம்
4. நையாயிகம்
5. வைசேடிகம்
6. மீமாஞ்சகம் என்ற சமயங்கள் ஆறனுள் பௌத்தம் தவிர்த்து ஏனைய அனைத்துச் சமயங்களின் கருத்துக்களையும் இக்காதையில் மணிமேகலை கேட்கின்றாள்.

இவ்வகையில் அளவைவாதமும், சைவவாதமும், வைணவ வாதமும் மீமாஞ்சகத்தும், பூதவாதம் உலகாயத்தும் அடங்கும். ஆசீவகவாதமும் நிகண்டவாதமும் ஒன்றாய் இவ்வைந்தனுள் அடங்காவாயின. மேற்கூறியவற்றால் மணிமேகலை ஆசிரியர் காலத்தே தமிழகத்தில் அறுவகைச் சமயங்கள் இருந்தமை விளங்கும். நாவரசர், ஞானசம்பந்தர் முதலாயினோர் காலத்தே விளங்கியிருந்த பாசுபதம், காபாலம் முதலிய சமயங்கள், இம்மணிமேகலையாசிரியர் காலத்தே இல்லை. வேதவாதத்தின் வேறாச் சைவமும் வைணவமும் பிரித்துக் கூறப்படுதல் குறிக்கத்தக்கது. அளவைவாதமும் இப்பொழுது மறைந்துவிட்டது. ஏனையவற்றுள் நிகண்டவாதம் மட்டும் சைனசமயமென்ற பெயரால் நிலவுகிறது. இந்தியாவில் பௌத்தம் அதனினும் குறைந்துவிட்டாலும் சீனம், ஜப்பான், பர்மா, இலங்கை முதலிய நாடுகளிற் பரவியுள்ளது. பிற சமயங்கள் இருக்குமிடம் தெரியாது நூலளவாய் ஒடுங்கிவிட்டன. இக்காலத்து நிலவும் சைவம், வைணவம், வேதாந்தம் முதலிய சமயங்களில், இச்சமயங்களில் ஏற்புடைய கருத்துக்களும் கொள்கைகளும் கலந்து கொண்டதனால் மறைந்தன என உரையாசிரியர் தெளிவுப்படுத்துகின்றார்.

மணிமேகலையின் பிரமாணவியல் வேதவியாசர், கிருதகோடி, சைமினி ஆகிய மூன்று ஆசிரியர்களின் அளவைகளை முன்வைத்துப் பேசுகின்றது.

வேத வியாதனுங் கிருத கோடியும்
ஏதமில் சைமினி யெனுமிவ் வாசிரியர்
பத்து மெட்டு மாறும் பண்புறத்
தத்தம் வகையாற்றாம் பகர்ந் திட்டனர் (மணி, 27:8–8)

(வேதவியாதரை, வேதம் முறை செய்தவரும், பிரமசூத்திரம் எழுதியவருமாகிய வியாதரல்ல ரென்றும், இவர் பௌராணிகரான வியாதராக இருக்கலாமென்றும் ஆராய்ச்சியாளர் கூறுவர். கிருதகோடி என்பாரைப் போதாயனரென்றும் கிருதகோடிகவி யென்றும் கூறுப, சைமினி என்பார் மீமாஞ்சை நூலை எழுதியவர்.)

வியாதர் பத்தளவையும், கிருதகோடி எட்டளவையும், சைமினி ஆறளவையும் கூறினர் என்பர்.

காண்டல் கருத லுவம மாகமம்
ஆண்டைய வருத்தா பத்தி யோடியல்பு
ஐதிக மபாவ மீட்சி யொழிவறிவு
எய்தியுண் டாநெறி யென்றிவை தம்மாற்
பொருளி னுண்மை புலங்கொளல் வேண்டும்.

(மணி.27:9–13)

காட்சியளவை, கருதலளவை, உவமையளவை, ஆகமஅளவை, அருத்தாபத்தியளவை, இயல்பு அளவை, ஐதிக அளவை, அபாவ அளவை, ஒழிபளவை, சம்பவ அளவை என்று கூறப்பட்ட பத்து அளவைகளால் பொருளின் உண்மைத் தன்மையை அறிதல் வேண்டும் என்று சமய கணக்கர் தந்திறம் கேட்ட காதையில் குறிப்பிடுகின்றார், மணிமேகலை ஆசிரியர்.

காட்சி – *கண்ணால் வண்ணமும், செவியால் ஓசையும், மூக்கால் நாற்றமும்,நாவால் சுவையும் மெய்யால் ஊறும் காண்பது. சுகம், துக்கம் காண்பது உயிர், ஐம்பொறிவாயில், மனம் மூன்றைக் காண்பது. இவற்றிற்குப் பெயரிட்டு, அந்தப் பெயரை சொன்ன மாத்திரத்திலே அதன் குணத்தை உணர்ந்து கொள்வது.*

கருத்து – *கருத்து என்பது ஒருவனது குறிக்கோள்; இது மூன்று வகை*

1. பொது முன்பு யானையைக் கண்டு அதன் ஒலியைக் கேட்டவன் பின்பு யானை ஒலியை மட்டும் கேட்டபோது அங்கு யானை உண்டு என உணர்தல், அனுமான அனுமேயம்.

	2. எச்சம்	ஆற்றில் வெள்ளம் வருவதைப் பார்த்து தோற்றுவாயில் மழை பெய்துள்ளது என உணர்தல்.
	3. முதல்	கருமேகம் கண்டு மழைபெய்யப் போவதை உணர்தல். பிணத்தைப் பார்த்து உயிர் என ஒன்று உண்டு என உணர்தல்.

உவமம்	–	அவன் ஆடையைப் போல் வெள்ளை என்றவுடன், அவனது ஆடை நிறம் மனக்கண்ணில் தோன்றுதல்.
நூல்	–	அறிவன் செய்த நூல் 'மேலுலகம்' உண்டு என்பதை நம்புதல்.
பொருட் பேறு	–	'ஆய்குடிகங்கை' என்றவுடன் கங்கைக் கரையில் ஆய்குடி உள்ளது என உயர்தல்.
இயல்பு	–	யானை மேல் இருப்பவன் தன் தோட்டியை (அங்குசத்தை) அடுத்தவனுக்குத் தரமாட்டான்.
உலகுரை (ஐதிகம்)	–	ஊரார் சொல்வதை நம்புதல். இந்த மரத்தில் பேய் உண்டு எனச் சொல்வதை நம்புதல்
இன்மை (அபாவம்)	–	குதிரைக்குக் கொம்பு இல்லை என ஒப்பிட்டுத் தெளிதல்
மீட்சி	–	இராமன் வென்றான் என்றால் இராவணன் தோற்றான் என உணர்தல்
உள்ளநெறி	–	'நாராசத் திரிவில் கொள்ளத் தகுவது காந்தம்' — இரும்பினைக் காந்தம் இழுக்கும் என்பது.

அளவைக் குற்றம் எட்டு எனச் சாத்தனார் இதன்பின் குறிப்பிடுகின்றார். அவை:

1. சுட்டுணர்வு
2. திரியக்கோடல்
3. ஐயம்
4. தேராது தெளிதல்
5. கண்டுணராமை
6. இல்வழக்கு
7. உணர்ந்ததை உணர்தல்
8. நினைப்பு

1. சுட்டுணர்வு — பழைய நிகழ்வை எண்ணிப் பார்த்துப் புதியதும் அவ்வாறே நிகழும் எனக் கருதல்.

2. திரியக்கோடல் — வெயிலில் மின்னும் கிளிஞ்சலைப் பார்த்து வெள்ளி எனல்

3. ஐயம் — தொலைவில் தெரியும் சோளக்கொல்லைப் பொம்மையைப் பார்த்து வைக்கோல் பொம்மையோ, மகனோ என ஐயுறல்

4. தேராது தெளிதல் — ஆராய்ந்து பார்க்காமல் வைக்கோல் பொம்மையை மகன் எனல்.

5. கண்டுணராமை — புலியோ சிங்கமோ என்று கண்ணால் காணாமலேயே உண்ட விலங்கின் மிச்சிலைப் பார்த்து முடிவெடுத்தல்

6. இல்வழக்கு — முயல் கொம்பு என்று சொல்லுதல், எங்குத் தேடினும் அவன் பெறப் போவது முயற்கொம்பே.

7. உணர்ந்ததை உணர்தல் — கடும்பனிக்கு மருந்து தீக்காய்தல் என உணர்தல்

8. நினைப்பு — இவர் தந்தை எனத் தாய் சொல்லக் கேட்டு உணர்தல்.

மணிமேகலை இத்தனை அளவைகளை கேட்டறிந்தாலும், தாம் இரண்டு அளவைகளையே ஏற்றுக் கொள்வதாகச் சாத்தனார் குறிப்பிடுகின்றார்.

ஆதிசினேந்திர னளவை யிரண்டே
ஏதமில் பிரத்தியங் கருத்தள வென்னச் (மணி, 29:47–48)

ஆதிசினேந்திரன் பிரத்தியக்கம், அனுமானம் எனும் இரண்டு அளவைகளைப் பற்றியே குறிப்பிடுகின்றார் என்று அறவணடிகள் மணிமேகலைக்குக் கூறுவதாக அமைத்து, அதன்வழி இரண்டு அளவைகளையே ஏற்றுக்கொள்வதாக மணிமேகலை கூறுகிறது. பிரத்தியக்கம், அனுமானம் என்பதனைத் தமிழில் காட்சியளவை, கருதலளவை என்று கூறுவர்.

உவமம், ஆகமம், அருத்தாபத்தி, சுவாபம், உலகுரை, அபாவம், ஒழிபு, உள்ளநெறி போன்ற பல அளவைகளை மறுதலிக்கிறது மணிமேகலை என்பது குறிப்பிடத்தக்கது. நடைமுறைரீதியான, சந்தேகத்திற்கு இடமில்லாத காட்சியளவை, கருதலளவை என்ற இரண்டுக்கு மட்டுமே மணிமகலை இடமளிக்கிறது. இந்த இரண்டிலும்கூட காட்சியளவையே அடிப்படையானதாக மணிமேகலையில் முன்வைக்கப்படுகிறது. கண்களால் நேரடியாகக்

காணப்படும் காட்சியினைக் காரணமாகக் கொண்டு அப்போது கண்ணுக்குப் புலப்படாது நிலவும் அதன் மூல காரணத்தை உய்த்துணர்தல் இது. கண்ணால் நேரடியாகக் கண்ட புகையைக் காரணமாகக் கொண்டு அங்கே எரிந்து கொண்டுள்ள நெருப்பை உயத்துணர்தல். இவ்வாறு காட்சி அளவை, கருதலளவை என்ற இரண்டு மட்டுமே அறவண அடிகளால் மணிமேகலைக்குக் கற்பிக்கப்பட்டன.

காட்சியளவை, கருதலளவை என்ற இரண்டு அளவைகளை ஏற்கும் மணிமேகலை, காட்சியளவையால் பிழைகள் ஏற்பட வாய்ப்புகள் குறைவு எனக் கருதுகிறது. கருதலளவைச் செயல்பாட்டில் எவ்வளவு கவனமாக இருந்த போதிலும் அதில் பிழைகள், தவறுகள் நிகழ்ந்துவிட வாய்ப்புகள் உள்ளன எனக் கொள்ளுகிறது. இதனடிப்படையில் கருதலளவையில் தவறுகளைக் குறைந்தபட்சமாக்க மணிமேகலை ஐந்து வாக்கியங்களைக் கொண்ட தருக்கவியல் வாய்பாடு ஒன்றை முன்மொழிகிறது.

மேற்கோளும், ஏதுவும், எடுத்துக்காட்டும், உபநயமும், நிகமானமும் என ஐந்து உறுப்புக்களை கருதலளவைக்குக் காட்டுகின்றது.

மேற்கோளாவது	–	தூரத்தில் உள்ள மலையில் நெருப்பு டையது என்பது
ஏதுவாவது (காரணம்)	–	ஏனெனில் அங்கே புகை உள்ளது. (புகை இருப்பதனால் நெருப்புடையது என்பது)
திட்டாந்த மாவது (எடுத்துக்காட்டு) (தனி நிகழ்ச்சியினால் பொது உண்மையை நிலைநிறுத்தல்)	–	எங்கெல்லாம் புகை உள்ளதோ அங்கெல்லாம் நெருப்பு உண்டு; வீட்டுச் சமையலறைபோல (அடுக்களை போல) என்று சொல்லுவது உண்டு.
உபநயமாவது (காட்சியைப் பொது உண்மையுடன் தொடர்பு படுத்தல்)	–	இம்மலையும் புகையுடையது என்பது. தூரத்தில் உள்ள மலையில் காணும் புகை நெருப்புடன் தொடர்பு கொண்ட ஒன்றே
நிகமனமாவது (முடிவு)	–	யாது யாது புகையுடையது அது நெருப்புடையது என்று துணிந்து கூறல்

பிரத்தியட்சம் சார்ந்தே அனுமானம் நிரூபணம் பெறுகிறது என்பதனையே மணிமேகலையின் தருக்கம் உணர்த்துகிறது. அதாவது காட்சியளவையைக் கொண்டே கருதலளவை சாத்தியமாகிறது. கருதலளவையின் கற்பனை ஓட்டங்களைக் கட்டுப்படுத்திச் சரியான அறிவை எட்டுவதற்காகவே மணிமேகலையின் பௌத்தம் பிரமாணவியலைத் தருக்கவியலாக வளர்த்தெடுக்கிறது. மணிமேகலை நூலில் கூறப்படும் தருக்கவியல் இன்னும் விரியும்போது, இயலின் கடைசிப் பகுதியில் அறிதலில் பிழைகள் எவ்வாறு நிகழ்கின்றன, அறிதல் போலிகள் யாவை என்பவை பற்றி மிக விரிவான வரையறைகள் கூறுகின்றன. தருக்க வாய்ப்பாட்டின் பக்கம், ஏது, திருட்டாந்தம் என்ற மூன்று அவயவங்களிலுமே பிழைகள் விளைய வாய்ப்புண்டு என்ற அடிப்படையில் மணிமேகலைக் காப்பியம் பக்கப் போலிகள் ஒன்பது, ஏதுப் போலிகள் பதினான்கு, திருட்டாந்தப் போலிகள் எட்டு என மொத்தம் முப்பத்தொரு போலிகளை வகைப்படுத்துகிறது.

போலி என்பது மூலத்தைப் போலத் தோற்றமளித்து, ஆனால் மூலம் அல்லாத எந்த ஒன்றாகவும் விளங்குவது ஆகும். தருக்கவியலில் ஒரு வாதம் நியாயம் போன்ற தோற்றத்துடன் கூடி, ஆனால் உண்மையில் நியாயமில்லாததாக இருக்கும்போது ஏற்படும் குறையே போலியாகும். ஒரு வாதம் நியாயமானதா போலியானதா என்று கட்டாயம் தீர்மானிக்கப்பட வேண்டும். இதனாலேயே போலிகள் தனியாகப் பேசப்படுகின்றன.

இவ்வியலை முடிவுக்குக் கொண்டு வரும் மணிமேகலையின் ஆசிரியர்

> காட்டு மனுமான வாபா சத்தின்
> மெய்யும் பொய்யு மித்திர விதியால்
> ஐயமின்றி யறிந்துகொ லாய்ந்தென (மணி, 29:470–472)

என்கிறார். இவற்றுள் தீயவற்றால் காட்டப்படுவனவற்றை ஆராய்ந்து மெய்ப்பொருளை ஐயமின்றி அறிந்து கொள்க என அறவணடிகள் முடிக்கின்றார்.

இதன் பின்னர் அறவணர் பௌத்த மெய்யியலை மணிமேகலைக்கு விவரிக்கிறார். பிறந்தது அழியும், பற்றுடன் கூடியது அழியும், காரணத்தில் இருந்து உருவானது அழியும் என்ற கருத்தியல் உணர்வினில் கூறலுற்றார். பௌத்த மரபின் பன்னிரண்டு நிதானங்களில் இருந்து தொடங்குகிறார்.

1. பேதமை
2. செய்கை

7. நுகர்வு
8. வேட்கை

3. உணர்வு
4. அருவுரு
5. வாயில்
6. ஊறு
9. பற்று
10. பவம்
11. தோற்றம்
12. வினைப்பயன்.

இவற்றில் அருவுரு, வாயில், பவம், தோற்றம் ஆகியன பொருள் வயப்பட்டவை. பற்று, செய்கை ஆகியன புறவயப்பட்டவை. மற்ற பேதமை, ஊறு, நுகர்வு, வேட்கை ஆகியன அக உணர்வு வயப்பட்டவை. சாத்தானாரின் கருத்துப்படி இவற்றைச் செய்தவர் இல்லை. ஒருவரால் உண்டாக்கப்படாதவை. இந்த நிதானங்கள் தமக்குத் தாமே உண்டானவை. யாராலும் படைக்கப்படாதவை என்ற கருத்தியலை வலியுறுத்துகிறார் சாத்தனார்.

பேதமை என்பது நால்வகையாகக் கூறிய வாய்மைகளையும் நிதானங்களையும் உணர்ந்துகொள்ளாமல் மயக்கமுற்று, காட்சியாலும் கருதலளவையாலும் அறிந்தவற்றை மறந்து, முயற்குக் கொம்பு உண்டோ இல்லையோ என்பதைப் பிறரைக் கேட்டு உண்டெனின் உண்டெனத் தெளிவது.

செய்கை என்பது நல்வினை, தீவினை ஆகிய இரு செய்கை களால் காட்டப்படுவது. தீவினை, மெய், வாய், மனம் என்ற மூன்றாலும் செய்யப்படுமென்று கூறப்படுகிறது. கொலை, களவு, காமம் ஆகிய மூன்றும் மெய்யால் செய்யப்படுவது; பொய்யுரை, புறங்கூறல், கடுஞ்சொல் சொல்லுதல், பயனில் சொல் சொல்லுதல் என்ற நான்கும் வாயினால் செய்யப்படுவது; பிறர் பொருளை வெளவக்கருதல், வெகுளுதல், குற்றம்பட உணர்தல் என மூன்றும் மனத்தால் செய்யப்படுவதாகும் என்று தீவினை பத்து வகைப்படும் என்று சாத்தனார் குறிப்பிடுகின்றார். நல்வினை என்பது மேற்சொல்லப்பட்ட பத்துவகைத் தீவினைகளைச் செய்யாது நீங்கி தானங்கள் பலவற்றையும் செய்து இன்பத்தை நுகர்வது.

உணர்வு என்பது கண்ணுறங்கும் ஒருவர்பாலுள்ள உணர்வு போல செய்கையின்றி இருப்பது. அருவுரு என்பது அவ்வுணர்வோடு கூடிய உயிரும் உடம்புமாகும். வாயில் என்பதனை ஆறாகப் பகுக்கின்றார்: மெய், வாய், கண், மூக்கு, செவி, மனம் என்பனவாம். இவ்வாறினாலும் உணரப்படும் பொருள்களும் அறுவகை ஆதலின், மெய் முதலியவற்றை அகவாயிலென்றும், மெய்யால் அறியப்படும் பொருள், வாயால் அறியப்படும் பொருள் முதலியவற்றைப் புறவாயிலென்றும் பகுத்துக் கூறுகின்றார்.

ஊறு என்பது மனமும் இந்திரியங்களும் தம்மின் புறமாகிய பொருள்களைப் பொருந்துவது. நுகர்வு என்பது புலன்களாகிய

பொருளை உணர்ந்து அவற்றின் பயனை அடைதல்; வேட்கை என்பது அப்பயனை விரும்பி நுகர்ந்தவழி அதன் மேற்செல்லும் ஆசையடங்காமை; பற்று எனப்படுவது அடங்காதெழுந்த ஆசையால் அதனைப் பற்றி நிற்பது.

பவம் எனப்படுவது கருமங்களின் தொகுதி; தன் பயனை விளைத்துக் கொடுக்கும் முறைமை இதுவாகுமென்று கருதி கருமத்தைச் செய்தோர் அப்பயனை உடன்பட்டு கொண்டமைவது. பிறப்பெனப்படுவது செய்த வினைகளின் தன்மைக்கு ஏற்ப காரண காரியமாய் இயையும் உடம்புகளில் தோன்றுவது. இந்த நிதானங்கள் நிலையற்றவை, சூன்யமானவை, துன்பம் தருபவைகளாக மதிப்பிட்டுச் சாத்தனார் விளக்குகின்றார்.

இதன் பின் நான்கு உண்மைகளையும் ஐந்து கந்தங்களையும் விரித்துக் கூறுகின்றார்: 1. துக்கம், 2. துக்க உற்பத்தி, 3. துக்க நிவாரணம், 4. துக்க நிவாரண வழி என்பன நான்கு உண்மைகள். 1. உருவம், 2. வேதனை, 3. குறிப்பு, 4. பாவணை, 5.விஞ்ஞானம் என்ற ஐந்தும் கந்தங்கள். இவைகளில் தான் மனித வாழ்வு அமைந்து உள்ளது என்று விளக்குகின்றார்.

மேலே கூறிய பொருள் எல்லாவற்றிற்கும் காமம், வெகுளி, மயக்கம் என்ற மூன்றுமே காரணமென்றும், காமத்தை அநித்தம், துக்கம், அருவருப்பு (அசுகி), அநாத்மம் என்ற நான்கையும் உணரும் போது காமம் நீங்கும் என்றும், மைத்திரி பாவனை, கருணா பாவனை, முத்தி பாவனை ஆகிய மூன்றினை உணரும் போது வெகுளி நீங்கும் என்றும், ஞான நூற்பொருளைக் கேட்டல், சிந்தித்தல், பாவனை தரிசித்தல் ஆகியவற்றினை உணரும் போது மயக்கம் நீங்கும் என்றும் அறிவுறுத்துகிறார். மணிமேகலை அவர் காட்டிய ஞான விளக்கின் துணைகொண்டு தவத்திறம் மேற்கொள்கிறாள்.

தருக்கவியல் இறையியல் சார்ந்ததாகவே இருந்தது. இதனை அடிப்படையாகக் கொண்டு அறிவியலை நோக்கி நகரவில்லை. தருக்கம் இங்கு நம்பிக்கையை வலியுறுத்தியதே தவிர ஆராய்ச்சியை வலியுறுத்தவில்லை. அதனால் தருக்க வளர்ச்சியின் வரலாற்றுப் பயனைத் தமிழர்கள் அடையவில்லை என்பதே இதில் கண்டறியும் உண்மை.

14. மணிமேகலை கூறும் உடல், உயிர் தத்துவ நோக்கில் மனித நேயம்

(அகத்தீஸ்வரம் விவேகானந்த கல்லூரியில் நிகழ்த்தப்பெற்ற தேசியக் கருத்தரங்கில் வாசிக்கப்பெற்ற கட்டுரை, 2017)

மனிதனை மனிதன் மதித்தலும் மனித மதிப்பைப் பேணுதலும் மனித நேயம் எனலாம். மனித நேயம் என்பது வேண்டியவர் வேண்டாதவர் தெரிந்தவர் தெரியாதவர் என்ற பாகுபாடு இல்லாமல் உற்ற நேரத்தில் உரிய வகையில் கைம்மாறு கருதாமல் உதவும் மனப்பாங்கே என்பர். மனிதனை மதிக்க வேண்டுமானால் முதலில் மனிதன் தன்னைப் போன்றே மற்ற மனிதர்களிடத்தும் அன்பு செலுத்த வேண்டும்.

அன்பின் வழிய துயர்நிலை அஃதிலார்க் கென்பு
தோல் போர்த்த உடம்பு   (குறள்:8:80)

என்று திருவள்ளுவர் அன்பே மனித வாழ்க்கையின் அடிப்படை என்கிறார். இதனை புறநானூறு வேறு வகையில் புலப்படுத்துகின்றது.

நல்லது செய்தல் ஆற்றிராயினும்
அல்லது செய்தல் ஓம்புமின்   (புறம்.195)

ஆக அனைத்து இலக்கியங்களும் முன் வைப்பது மனிதனை மனிதனாக நடத்த வேண்டும் எனும் கோட்பாட்டினை என்று உணரலாம்.

மனித நேயத்திற்கு அடிப்படை வாழ்வினைக் குறித்த புரிதல். மனித வாழ்வின் அமைவொழுங்கு முறையினை ஆழமாகத் தெள்ளத் தெளிவாக

விளக்குகிறது மணிமேகலை. இவ்வடிப்படைக் கருத்தின் வழியாக மனித நேயத்தினை இக்கட்டுரை அனுக முயல்கிறது.

சாத்தானார் மணிமேகலையில் முப்பது காதையிலும் உடல், உயிர் தத்துவத்தை விவரித்துக் கொண்டே செல்வார்

பசியும் பிணியும் பகையும் நீங்கி
வசியும் வளனும் சுரக்க என வாழ்த்தி
அணிவிழா அறைந்தனன் அகநகர் மருங்க என் (1:70:72)

என்று முடிகிறது முதல் காதை. இந்திரவிழா எடுக்கப்படுவதால் உண்டாகும் நன்மை பற்றி கூறும்பொழுது இவ்வாறு கூறி முடிப்பார். பசி, பிணி, பகை இவற்றை நீக்கி மழைபெய்து அதனால் வளம் உண்டாக வேண்டும் என்கிறார். பசி, பிணி, பகை ஆகிய மூன்றினையும் முழுதும் அழித்துவிட முடியாது என்று கருதியே 'நீங்கி' என்கிறார் சாத்தானார். மூன்றும் ஒன்றுக்கொன்று நீங்கா தொடர்புடையது,

மனிதருக்குள் பகைமை உணர்ச்சி மேலேழுவதற்கு அடிப்படை காரணம் பசி. அதன் தொடர்ச்சியே பிணியும் பகையும். எனவே, அப்பசியை ஒழிக்கும் அமுதசுரபியை உருவாக்குகிறார் சாத்தனார். அதற்கு முன் உடலின் இயல்பை மந்திரம் கொடுத்த காதையில் மணிமேகலா தெய்வம் வழி விளக்க முற்படுவார்.

மக்கள் யாக்கை உணவின் பிண்டம்
இப்பெரு மந்திரம் இரும்பசி அறுக்கும் (10:91–92)

'மக்கள்' என்பதற்குள் அனைவரும் அடங்குவர். உயர்ந்தோர் – தாழ்ந்தோர்; செல்வந்தன் – ஏழை என்ற எந்த பாகுபாடும் இன்றி அனைவரது உடலும் உணவின் பிண்டமே. இதனை உணர்ந்தோர் பசி அறுக்கும் பண்புடையவர் என்று கூறி பெருமந்திரத்தை மணிமேகலைக்கு அளித்து வானில் எழுந்து நீங்கியது மணிமேகலா தெய்வம் என்று கூறுவார்.

இதற்கடுத்து மணிமேகலை அமுதசுரபியினை பெறுகிறாள். அதன் வழி உலக உயிர்கள் அனைவருக்கும் பசியினை நீக்குகிறாள் என்று விளக்கப்படுகிறது.

மண்டினி ஞாலத்து வாழ்வோர்க்கெல்லாம்
உண்டி கொடுத்தோர் உயிர் கொடுத்தோர் (11:95–96)

'அமுதசுரபி' என்பது ஒரு குறியீடு. அதன் வழி சாத்தனார் கூறவருவது பசி நீங்கினால் அனைத்து துன்பங்களும் நீங்கும் எனும் அடிப்படையான பொதுமைக் கருத்தினை என்பதனை இங்கு உணர வேண்டும். மனித நேயம் பசியினை நீக்குவதிலிருந்து

தொடங்க வேண்டும் எனும் கருத்து இங்கு உய்த்துணரப்பட வேண்டும்.

இரண்டாவது காதையில் அறவணடிகளின் வழி பிறவியின் இன்ப துன்பம் குறித்து விளக்குகிறார்.

> பிறந்தோர் உறுவது பெருகிய துன்பம்
> பிறவார் உறுவது பெரும்பேர் இன்பம்
> பற்றின் வருவது முன்னது பின்னது
> அற்றோர் உறுவது அறிக என்று அருளி
> ஐவகைச் சீலத்து அமைதியும் காட்டி
> உய்வகை இவைகொள்...   (2:64 – 70)

உலகில் பிறந்தவர் அடைவது பெருகிய துன்பம், பிறவாதவர் அடைவது மிக்க பேரின்பம், பிறப்புப் பற்றினால் வருவது, பற்றினை அற்றோர் அடைவது பிறவாமை என்று இன்ப – துன்பம் இரண்டும் தோன்றுவதற்குரிய காரணமான உடல் உயிர் தத்துவத்தை இவ்விரண்டாவது காதையில் விளக்குவதற்குத் தொடங்கி இறுதி காதையில் அதனை முடித்து வைத்து காப்பியத்தின் முழுமையையும் சிறப்பினையும் உணரும் வகை செய்திருப்பார்.

> ஐவகை சீலம் குறித்து விளக்குகையில்
> கள்ளும் பொய்யும் காமமும் கொலையும்
> உள்ளக் களவும் என்று உரவோர் துறந்தவை   (24:77 - 78)

கள், பொய், காமம், கொலை, களவு எனும் ஐவகை சீலக் கொள்கையைப் பின்பற்றும் முறையிலேயே ஒவ்வொருவரின் இன்ப – துன்ப வாழ்க்கை அடங்குகிறது என்பர் சாத்தனார்.

- ஒருயிரையும் கொல்லாமலும் தீங்கு செய்யாமலும் இருத்தலோடு அவற்றினிடம் அன்பாக இருத்தல்
- பிறர் பொருளை இச்சிக்காமலும் களவு செய்யாமலும் இருத்தல்
- கற்பு நெறியில் சிற்றின்பம் துய்த்தல், அதாவது முறை தவறிய சிற்றின்பத்தை நீக்குதல்
- உண்மை பேசுதல், பொய் பேசாதிருத்தல்
- மயக்கத்தையும் சோம்பலையும் உண்டாக்குகிற மது பானங்களை உட்கொள்ளாதிருத்தல்

ஆகிய ஐந்து ஒழுக்கங்களைப் பின்பற்றுபவர் எவரோ அவர் இன்ப – துன்பம் இரண்டினையும் ஒன்றாய் அணுகுவர். மேற்கூறிய இந்த ஐந்து அடிப்படை ஒழுக்கங்களைப் பின்பற்றுபவன் மனிதநேயம் மிக்கவனாக இருப்பான் என்பது இங்கு உணரத்தக்கது.

உதயகுமரன் அம்பலம் புக்க காதையில் சாத்தனார் உடலின் வேறொரு தத்துவத்தை விளக்குகிறார்.

> பிறத்தலும் மூத்தலும் பிணிப்பட்டு இரங்கலும்
> இறத்தலும் உடையது இடும்பை கொள்கலம்
> மக்கள் யாக்கை இதுஎன உணர்ந்து
> மிக்க நல் அறம் விரும்புதல் புரிந்தேன் (18:137–140)

பிறத்தலும், மூத்தலும், பிணிப்பட்டு இரங்கலும், இறத்தலும் உடையது மனித உயிர். இதனை அனைவரும் உணர்ந்து எப்போதும் அதனை நினைந்து மற்ற உயிர்களையும் ஓம்ப வேண்டும் என்று கூறுகிறார். நம்முடைய உடலும் உயிரும் நான்கு படிநிலைகளைக் கொண்டது. பிறத்தல், மூத்தல், பிணிப்பட்டு இரங்கல், இறத்தல் எனும் இந்த நான்கு படிநிலைகள் யாவருக்கும் பொதுவானது என்பதனை ஒருவன் உணரத் தொடங்கிவிட்டால் உலகில் பிறந்த அனைத்து உயிர்களையும் தம்மைப் போல் கருத தொடங்கிவிடுவான். பகைமை தோன்றுவதற்கு வாய்ப்பே இல்லை எனும் மனித நேயத் தத்துவத்தினைச் சாத்தானார் எடுத்தியம்புகிறார் என தெளியலாம்.

சிறைவிடு காதையில் இன்னும் ஒருபடி மேலே சென்று இறப்பின் தத்துவத்தை விளக்குவார். உதயகுமரன் இறந்ததற்காக வருத்தப்படும் அரசமாதேவியிடம் மணிமேகலை, அரசியே உதயகுமரனுக்காகத் துன்பப்படுகிறாய் என்று சொல்கிறாய், அவன் இப்பிறப்பில் உனக்கு மகனாகப் பிறந்தான் என்பதற்காக அழுகிறாய். சென்ற பிறவியில் இராகுலனாகப் பிறந்து திட்டிவிடம் பாம்பு கடித்து இறந்தான். அப்போழுது எங்கிருந்து அழுதாய். அதற்கு முன்பும் முன்பும் என முடிவிலா பிறப்பை அவன் எய்திருக்கிறான். அப்பொழுதெல்லாம் எப்படி அழுதாய்? என்று கேட்கிறாள்? மேலும்

> உடற்கு அழுதனையோ ? உயிர்க்கு அழுதனையோ ?
> உடற்கு அழுதனையேல் உன்மகன் தன்னை
> எடுத்துப் புறங்காட்டு இட்டனர் யாரோ ?
> உயிர்க்கு அழுதனையேல் உயிர் புகும்புக்கில்
> செயப்பாட்டு வினையால் தெரிந்து உணர்வு அரியது
> அவ்வுயிர்க்கு அன்பினை ஆயின் ஆய்தொடி
> எவ்வுயிர்க்கு ஆயினும் இரங்கல் வேண்டும் (23:73–79)

நீ நின்மகனது உடலுக்கு அழுதாயா அன்றி உயிர்க்கு அழுதாயா? உடலின் பொருட்டு அழுதாயானால் நின் மகனைப் புறங்காட்டிலிட்டோர் யாவர், உயிர் பொருட்டு அழுதாயானால் செய்த வினையின் வழியே அவ்வுயிர் புகுமிடத்தை யாவராலும் அறிய இயலாது, நீ நின் மகனது உயிரினிடம் அன்புடையவாளாய் இருப்பது உண்மையானால் எல்லாவுயிர்களிடத்தும் அன்பு

செலுத்து அதுவே சிறந்தது என்று விளக்கம் கூறுகிறாள் மணிமேகலை. அனைத்து உயிர்களிடத்தும் அன்பு செய்வது தான் துன்பங்களிலிருந்து கிடைக்கும் விடுதலை எனும் மனிதநேயக் கருத்தை மணிமேகலை வழி சாத்தனார் எடுத்தியம்புகிறார்.

பிறப்பின் தத்துவத்தையும் இறப்பின் தத்துவத்தையும் ஒவ்வொரு காதையிலும் விளக்கிக் கொண்டு வந்தாலும் இறுதி காதையில் அதன் உச்சத்தினை அடைவார் சாத்தனார். புத்தன் திருவடியை மணிமேகலை சரணடைந்த பின், அறவணடிகள் உயிர்கள் மீது அருள் கொண்டு புத்தர் கூறிய அறத் தத்துவத்தினை விளக்க முற்பட்டார்.

ஈராறு பொருளின் ஈந்த நெறி உடைத்தாய் (30:16)

பன்னிரண்டு பொருள்களை அடிப்படையாகக் கொண்டே உடல், உயிர் தத்துவம் உருவாகின்றது. பேதைமை, செய்கை, உணர்வு, அருவுரு, வாயில் ஊறு, நுகர்வு, வேட்கை, பற்று, பவம், தோற்றம், வினைப்பயன் ஆகிய பன்னிரு நிதானங்களும் ஒன்றுக்கொன்று தொடர்புடையன என்று கூறி அவை ஒவ்வொன்றையும் விளக்குகிறார்.

பேதைமை என்பது யாதென வினவின்
ஓதிய இவற்றை உணராது மயங்கி
இயற்படு பொருளாற் கண்டது மறந்து
முயற்கோடு உண்டெனக் கேட்டு அது தெளிதல் (30:51–54)

- பேதைமை என்பது, அறிந்தவற்றையும் தெரிந்தவற்றையும் மறந்து முயலுக்கு கொம்பு உண்டா இல்லையா என்று பிறரைக் கேட்டு தெளிவடைவது;
- நல்வினை, தீவினை எனும் செயல்களைத் செய்யத் தூண்டுவது செய்கை;
- உணர்வென்பது உறங்கும் ஒருவரைக் காட்டிலும் விழிப்புடையோர் ஐம்புலன்கள் மேல் செல்வது;
- உயிர் அருவமாகவும் உடம்பு உருவமாகவும் இருக்க, அவையிரண்டையும் சேர்ப்பது அருவுரு;
- வாயில் என்பது மெய், வாய், கண், மூக்கு, செவி, மனம் எனும் ஆறு வாயில்களின் வழி பொருளை உணர்த்துவது;
- ஊறு என்பது உள்ளமும் வாயிலும் வேறொன்றைத் தொடுதலால் உண்டாவது;
- நுகர்ச்சி என்பது புலன்களாகிய பொருளை உணர்வது;

- வேட்கையாவது ஒன்றன் மீது விருப்பம் கொள்வது;
- பற்றாவது விருப்பம் கொண்ட ஒன்றினை விடாமல் அடைவது;
- பவம் என்பது கருமங்களின் தொகுதி; கருமத்தை செய்தவர் அடைவது;
- தோற்றம் என்பது பிறப்பு; கருமத்தினால் உண்டாவது;
- வினைப்பயன் என்பது கருமத்தினால் உண்டாகும் பிணி, மூப்பு, சாக்காடு என்பதை அடைவது.

மேற்கூறிய பன்னிரண்டு நிதானங்களுக்கும் காரண காரிய தொடர்புண்டு. இதனை உணர்ந்தவர் அவற்றை விட்டு விலகுவர். இக்காரண காரிய தொடர்புடைய பன்னிரு நிதானங்கள் தவிர்த்து நல்வினை – தீவினை என்று ஒன்று உண்டு. தீவினை தன் உயிர் மறுபிறவி எடுத்தலைத் தீர்மானிக்கிறது. இத்தீவினையைப் பத்து வகையாகப் பகுக்கிறார் சாத்தனார்.

> கொலையே களவே காமத்தீ விழைவு
> உலையா உடம்பில் தோன்றுவ மூன்றும்
> பொய்யே குறளை கடுஞ்சொல் பயனில்
> சொல் என சொல்லில் தோன்றுவ நான்கும்
> வெஃகல் வெகுளல் பொல்லாக் காட்சி என்று
> உள்ளம் தன்னில் உருப்பன மூன்றும் என்ப
> பத்து வகையால் பயன் தெரிபுலவர் (30:66– 72)

உடம்பில் தோன்றுவன	—	கொலை களவு, காமம் எனும் மூன்று
சொல்லில் தோன்றுவன	—	பொய், குறலை, கடுஞ்சொல், பயனில் சொல் எனும் நான்கு
உள்ளத்தில் தோன்றுவன	—	வெஃகல், வெகுளல், பொல்லாக்காட்சி எனும் மூன்று

இந்த பத்தும் தீவினை தோன்ற காரணமாகின்றன. முன்பு ஐவகை சீலத்தினை விளக்கும் சாத்தனார் அதனோடு சேர்த்து மேலும் ஐவகை ஒழுக்கங்களையும் அவை தோன்றும் இடங்களையும் கூறி விளக்குகிறார். உடல், சொல், உள்ளம் எனும் மூன்று நிலைகளில் தான் ஒழுக்கங்கள் தோன்றுகின்றன. உடலால் செய்யப்படுபவை கொலை, களவு, காமம். இதனை தவிர்ப்பவர் நல்வினையை சென்றடைவர். பொய்யுரைப்பது, புறங்கூறுவது ஒருவரிடம் கடுஞ்சொல் சொல்லுவது, பயனில்லாத சொல்லைப் பேசுவது ஆகிய நான்கும் மனிதனின் சொல்லிலிருந்து உருவாகுவன. இவற்றைத் தவிர்ப்பது வாழ்வின் அடுத்த நிலையை

அடைவதற்கு உதவும். பிறர் பொருளைக் கவர நினைப்பது, கோபம் கொள்வது, மனதில் குற்றம் செய உணர்வது ஆகிய மூன்றும் உள்ளத்தில் உண்டாகக் கூடிய உணர்ச்சி. இவற்றை தவிர்ப்பவர் வீடு பேற்றினை அடைவர் என்பது மையக் கருத்து.

> நல்வினை என்பது யாதென வினவின்
> சொல்லிய பத்தின் தொகுதி நீங்கிச்
> சீலம் தாங்கி தானம் தலை நின்று   (30:76 – 78)

மேற்கூறிய பத்துவகை ஒழுக்கங்களையும் விலக்குபவன் நல்வினை எனும் இன்பத்தினை அடைவான் என்று விளக்குகிறார் சாத்தனார்.

> பிறப்பெனப் படுவதுக் கருமப் பெற்றியின்
> உறப்புணர் உள்ளஞ் சார்பொடு கதிகளில்
> காரண காரிய உருக்களில் தோன்றல்   (30:95–97)

பிறப்பு என்பது ஒருவர் செய்த வினைகளின் தன்மைகேற்ப தோன்றுவது என்று கூறுவார் சாத்தனார். மறுபிறவி எடுத்தல் என்பது இப்பிறவியில் நாம் செய்யக் கூடிய காரண காரியங்களைப் பொறுத்தே அமையும் எனும் மேலான தத்துவத்தை விளக்குகிறார் சாத்தனார். இதனை முன்வைத்தே அனைத்து தத்துவங்களும் ஒழுக்கங்களும் அமைகின்றன.

மனிதநேயக் கோட்பாட்டின் குறிக்கோள் மனிதனை மனிதனாக நடத்த வேண்டும் என்பதாகும். மனிநேயக் கோட்பாட்டின் குறிக்கோளினை எஸ். போபொவ் பின்வருமாறு எடுத்துக் காட்டியுள்ளார்.

1. மனிதனின் பெருமையினையும் உயர்வினையும் உறுதி செய்தல்.
2. எந்த மதிப்பும் மனிதனைக் காட்டிலும் பெரியது அன்று என்று உறுதி செய்தல்
3. மனித உழைப்பிற்கு மதிப்பளித்தல்
4. மனிதனுடைய ஆற்றலிலும் அறிவிலும் நம்பிக்கை வைத்தல்
5. சுதந்திரமான வளர்ச்சியில் மனிதனுடைய உரிமைக்கு ஏற்ப வழங்கல் என்பதாகும்.

இந்த அடிப்படைக் கருத்தே மணிமேகலையிலும் இடம் பெற்றுள்ளது. அனைத்து உயிர்களிடத்தும் அன்பு செய்வதனையே மணிமேகலை வலியுறுத்துகிறது.

ஆய்விற்குத் துணை நின்ற நூல்கள்

1. அம்மன் கிளி முருகதாஸ், சங்கக் கவிதையாக்கம் மரபும் மாற்றமும், குமரன் புத்தகஇல்லம், கொழும்பு, 2006.
2. அழகப்பன், ஆறு., தமிழ் நாடகம் தோற்றமும் வளர்ச்சியும், அண்ணாமலைப் பல்கலைக் கழகம், அண்ணாமலை நகர், பதிப்பு, ஆண்டு இல்லை.
3. அனுராதா, ஆர்., சங்க இலக்கியத்தில் அறக்கருத்துகள், தமிழாய்வு மன்றம், சென்னை, 2007.
4. இளங்கோவடிகளருளிச் செய்த சிலப்பதிகார மூலமும் அரும்பதவுரையும் அடியார்க்குநல்லாருரையும், டாக்டர் உ.வே. சாமிநாதையர், டாக்டர் உ.வே. சாமிநாதையரவர்கள் நூல் நிலையம்,சென்னை, 2001.
5. உரையாசிரியர் புலவர் பி.ரா. நடராசன், பெரியபுராணம் (மூலமும் உரையும்) தொகுதி 1,2,3,4 உமா பதிப்பகம், சென்னை, 2005.
6. ஓஷோ; ரமணி, என்., (தமிழில்), தம்மபதம் புத்தரின் வழி, கண்ணதாசன் பதிப்பகம், சென்னை, 2004.
7. கந்தசாமி, சோ.ந., தமிழிலக்கியத்தில் பௌத்தம், அபிராமி பதிப்பகம், அண்ணாமலை நகர்.
8. கந்தசாமி, சோ.ந., பௌத்தம், அபிராமி பதிப்பகம், அண்ணாமலை நகர், 1972.
9. சிங்கார வடிவேலு, ஆ., (பதிப்.), அபிதான சிந்தாமணி, ஆசியன் எஜுக்கேஷனல் சர்வீஸ், புது தில்லி, எட்டாவது பதிப்பு, 1996.
10. சிலப்பதிகார மூலமும் அரும்பதவுரையும் அடியார்க்கு நல்லாருரையும், உ.வே.சாமிநாதையர் நூல் நிலையம், சென்னை, ஒன்பதாம் பதிப்பு, 1976.
11. சிவத்தம்பி கா., திணைக்கோட்பாட்டின் சமூக அமைப்புகள் (மொழிபெயர்ப்பு — சிவசுப்பிரமணியம்) ஆராய்ச்சி இதழ், 1977
12. சிவத்தம்பி கா., பண்டையத் தமிழ்ச் சமூகத்தில் நாடகம், (மொழிபெயர்ப்பு –அம்மன் கிளி முருகதாஸ்), குமரன் புத்தக இல்லம், கொழும்பு, சென்னை, 2005
13. சுந்தரம், வீ.ப.கா., தமிழிசைக் கலைக் களஞ்சியம், பாரதிதாசன் பல்கலைக்கழகம், திருச்சி, இரண்டாம் பதிப்பு, 2006.

14. சுந்தரம், வீ.ப.கா., தமிழிசைக் கலைக் களஞ்சியம், பாரதிதாசன் பல்கலைக்கழகம், திருச்சி, இரண்டாம் பதிப்பு, 2006.
15. செல்வராசு, அ., தமிழ்ச் சமூகத்தில் கற்பும் கற்பிப்பும், ஸ்ரீநிதி ஆப்செட் பிரிண்டர்ஸ், திருச்சி, 2006.
16. செல்வராசு, நா., சங்க இலக்கிய மறுவாசிப்பு (சமூகவியல், மானுடவியல், ஆய்வுகள்), காவ்யா வெளியீடு, சென்னை, 2005.
17. டாக்டர் மா.இராசமாணிக்கனார், பெரியபுராண ஆராய்ச்சி, பாரி நிலையம், சென்னை, மூன்றாம் பதிப்பு, 1978.
18. தமிழ் லெக்சிகன், சென்னைப் பல்கலைக்கழகம், சென்னை, 1982.
19. தொல்காப்பியம், (பொருள்.), இளம்பூரணர் உரை, கழக வெளியீடு, சென்னை, ஒன்பதாம் பதிப்பு, 1986.
20. நிர்மலா மோகன், சுந்தரி சிவக்கண்ணன், சங்க இலக்கியச் சால்பு, மெய்யப்பன் பதிப்பகம், சிதம்பரம், 2006.
21. பத்துப்பாட்டு ஆராய்ச்சி, இராசமாணிக்கனார், மா., சென்னைப் பல்கலைக்கழகம், சென்னை, 1970.
22. பரிமணம், அ. மா., கு.வெ. பாலசுப்பிரமணியன், (பதிப்.) புறநானூறு, நியுசெஞ்சுரி புக் ஹவுஸ் (பி) லிட், சென்னை, நான்காம் பதிப்பு, 2011.
23. பேராசிரியர் அ.ச. ஞானசம்பந்தன், பெரியபுராணம் ஓர் ஆய்வு, சேக்கிழார் ஆராய்ச்சி மையம், சென்னை, 1994
24. மருதூர் அரங்கராசன் (பதிப்.), ஆய்வு நோக்கில் சங்க இலக்கியம், நெய்வேலித் தமிழ்ச் சங்கம், நெய்வேலி.
25. ராமதேசிகன், எஸ்.என்., பரதநாட்டிய சாஸ்திரம், உலகத் தமிழாராய்ச்சி நிறுவனம், சென்னை, இரண்டாம் பதிப்பு, 2008.
26. ராஜ் கௌதமன், தமிழ்ச் சமூகத்தில் அறமும் ஆற்றலும், விடியல் பதிப்பகம், கோவை, 2008.
27. வேங்கடசாமி, சீனி., மயிலை., பௌத்தமும் தமிழும், நாம் தமிழர் பதிப்பகம், 2006.
28. ஷாஜகான் கனி, வெ.மு., அரங்கேற்று காதை ஆராய்ச்சி, உலகத் தமிழாராய்ச்சி நிறுவனம், சென்னை, 2009.
29. Natyasastra of Bharatamuni, English Translation by M.M. Ghosh, New BBC, Delhi, 2006
30. John Samuel, G., (General Editor), Murthy, R.S., Nagarajan, M.S., Busshism in Tamil Nadu: Collected Papers, Institute of Asian Studies, Chennai, 1998.